டுஜக்.. டுஜக்..
ஒரு அப்பாவின் டைரி

தேனி சுந்தர்

Dujack... Dujack... *(in Tamil)*
Theni Sundar
First Published: November 2021
BOOKS FOR CHILDREN
imprint of Bharathi Puthakalayam
7, Elango Salai, Teynampet, Chennai - 600 018
Email: bharathiputhakalayam@gmail.com | www.thamizhbooks.com
டுஜக்...டுஜக்...

தேனி சுந்தர்

முதல் பதிப்பு: நவம்பர், 2021
வெளியீடு:

புக்ஸ் ஃபார் சில்ரன் – பாரதி புத்தகாலயத்தின் ஓர் அங்கம்
7, இளங்கோ சாலை, தேனாம்பேட்டை, சென்னை – 600 018
தொலைபேசி : 044 24332424, 24332924, 24356935

விற்பனை நிலையங்கள்
மதுரை: 37A, பெரியார் பேருந்து நிலையம் *- 045 22324674*
ஈரோடு: 39: 39 ஸ்டேட் பாங்க் சாலை *- 9245448353*
திண்டுக்கல்: பேருந்து நிலையம் *- 9942331105, 9976053719*
பழனி: பேருந்து நிலையம் அருகில் *- 9442883696*
திருப்பூர்: 447, அவினாசி சாலை *- 9486105018*
சேலம்: பாலம் *35,* அத்வைத ஆஸ்ரமம் சாலை *0427 2335952*
திருவல்லிக்கேணி: 48, தேரடி தெரு *- 9444428358*
வடபழனி: பேருந்து நிலையம் எதிரில் அடையார்
ஆனந்தபவன் மாடியில் *- 9444476967*
பெரம்பூர்: 52, கூக்ஸ் ரோடு *- 9444373716*
திருவாரூர்: 35, நேதாஜி சாலை *- 9442540543*
சேலம்: 15, வித்யாலயா சாலை சாலை
*திருநெல்வேலி: 25*கி, ராஜேந்திரநகர் *- 9442149981*
மதுரை: சர்வோதயா மெயின்ரோடு | *குன்னூர்:* N.K.N வணிக வளாகம் பெட்போர்ட்
செங்கல்பட்டு: 1 D ஜி.எஸ்.டி சாலை *- 044 27426964* | *விருதுநகர்: 131,* கச்சேரி சாலை *- 0456 2245300*
கும்பகோணம்: 352, ரயில் நிலையம் எதிரில் *- 9443995061* | *வேலூர்:* பேஸ் III, சத்துவாச்சாரி *- 9442553893*
நெய்வேலி: பேருந்து நிலையம் அருகில், *- 9443659147*
தஞ்சாவூர்: காந்திஜி வணிக வளாகம் காந்திஜி சாலை *- 9655542400*
கோவை: 77, மசக்காளிபாளையம் ரோடு, பீளமேடு *- 8903707294*
திருச்சி: வெண்மணி இல்லம், கரூர் புறவழிச்சாலை *- 9994289492*
திருவண்ணாமலை: முத்தம்மாள் நகர் | *நாகர்கோவில்: 699* கே. பி. ரோடு R.A. புரம் *- 9443450111*
சிதம்பரம்: 22A / 18B தேரடி கடைத் தெரு, கீழவீதி அருகில் *- 9994399347*
கரூர்: நாரத கானசபா அருகில் (TNGEA OFFICE) *- 9442706676*
காரைக்குடி : 12, 2 வது தெரு, கம்பன் மணிமண்டபம் பின்புறம் *- 9443406150*
பாண்டிச்சேரி : கிழக்கு-கு கடற்கரைச்சாலை, இலாசுப்பேட்டை, *9486102777*
அருப்புக்கோட்டை: கதவுஎண் *49 A/4* மெயின் ரோடு, தெற்கு தெரு *- 9994173551*

நினைத்த நூல்கள்... நினைத்த நேரத்தில்...

 BharathiTV | www.bookday.in

 8778073949

அச்சு : பிரிண்டெக், சென்னை – 600 005.

அய்... சூப்பரு...!

வகுப்பறைகளிலும் வீடுகளிலும் அடிக்கடி கேட்டிருக்கிறேன்..

"என்ன பேசுறே? கொஞ்சம் அர்த்தத்தோட பேசு!"

"ஏன்'டா அர்த்தமில்லாம லூசு மாதிரி சிரிக்கிறே?"

அர்த்தம் - புரிதலுக்குப் பாலமாக வேண்டும் என்பது சரிதான். ஆனால், அர்த்தம் ஒரு அதிகாரமாகி மிரட்டக் கூடாது. குழந்தைகளின் முதல் சுதந்திரப் போர் அர்த்தத்தோடுதான்.

அர்த்தத்தைப் பிடித்துத் தொங்கும் வீடு / வகுப்பறைகள் குட்டிப் போர்க்களங்களாகிப் போக, அர்த்தம் உடைந்து நிற்பதை ரசிக்கும் வீடு அல்லது வகுப்பறைகளிலோ எப்போதும் திருவிழாக்கள் தான்.

> டஜக்
>
> டஜக்
>
> ரெண்டும்
>
> **ரெண்டு இசைத் துணுக்குகள்..**

என்கிறாரே சுந்தர். புரிகிறதா? ஆனால் இனிக்கிறதே! அது எப்படி?

காக்காச்சி அங்கக்கு.. என்ற குழந்தை பேசும் மழலையைப் புரிந்து கொள்ள புத்தகப் படிப்பு போதுமா? புத்தகம் சொல்வதெல்லாம் பொதுவான மொழி. விதம் விதமாய் முகிழ்க்கும் புது மொழிகளை அறிய புத்தகம் அல்ல- இதயம்தான் தேவை.

> நாளைக்கு நேத்து
>
> என்னைய
>
> **பிரிட்ஜ் கதவு இடிச்சுடுப்பா!**

என்று குழந்தை பேசும்போது, இலக்கணம் உடைவது உண்மைதான்! ஆனால், ஏராளமாய்ப் பலூன்கள் பறக்கின்றனவே! அதற்கு என்ன அர்த்தம்? அதுதான் திருவிழா.

கவிதைகள் என்றேன். இல்லை இவை உரையாடல்கள் என்றார் சுந்தர். உரையாடல்களின் திருவிழா என்றாவது வைத்துக் கொள்வோம். உரையாடலின் அடிநாதம் - கேள்வி. குழந்தைகளைப் போல் கேள்வி கேட்க யாரால் முடியும்?

இந்த மாடு பேரு என்னாப்பா? - என்பது வெறும் கேள்வி மட்டும்தானா? உரையாடலில் வெளிப்படும் எதிர்பாராத மின்னல்.

செடிக்கெல்லாம் எப்படி

மாஸ்க் போடுவாங்கப்பா?

என்ற கேள்விக்கு நம்மிடம் பதில் ஏது? நாம் தயாரித்து வைத்திருக்கும் பதில்களுக்குள் அடங்காத கேள்விகள் இவை! சுற்றி வளைக்கும் புதுப் புதுக் கேள்விகளில் இருந்து தப்பிக்க நமக்கு வழியா இல்லை?

பேசாம படு பாப்பா

போலீஸ்காரய்ங்க வந்து

புடுச்சுக்குப் போயிருவாய்ங்க!

கேள்வி உரையாடலின் வேர் என்றால், கற்பனை அது படர்வதற்கான கொம்பு!

எனக்கொரு பட்டாம்பூச்சி

வாங்கிட்டு வாப்பா

என்ற கெஞ்சலிலும் சிலேட்டில் முட்டை முட்டையாய்ப் போட்டு விட்டு

இது நெலா முட்ட

இது தோச முட்ட

என்ற விவரிப்பிலும்

காகிதத்தில் பாராசூட் செய்து

புறாவப் புடிக்கப் போறேன்

என்ற அறிவிப்பிலும் மிதக்கும் கற்பனைக்கு மார்க் போட்டு மதிப்பிட முடியுமா..?

வீடுகள் பலவிதம்! குழந்தை மொழியைக் கண்டுகொள்ளாமல் கடக்கும் சன்னியாச வீடுகள் இருக்கின்றன: 'நானுக்கு இல்லடா எனக்கு' என்று குழந்தை மொழியைத் திருத்திப்

பள்ளிக்கூடங்களாகும் வீடுகள் இருக்கின்றன: குழந்தை மொழியைக் கொண்டாடும் வீடுகளும் கொஞ்சம் இருக்கின்றன. கொஞ்சம்தான்- ஆனால் குறிப்பிடத்தக்க கொஞ்சம். *Important Minority...* அப்படிப்பட்ட ஒரு வீட்டில் புறப்பட்ட உரையாடல்கள்தான் இவை!

> பெரியவர்களுக்கு வரும் வியப்பு -
> ஒத்த பொம்மைக்கு
> எத்தன கேள்வி?

குழந்தையாய் மாறி பெரியவர்கள் செய்யும் சமாதானம் –

> நாளைக்கிருந்து
> பூனைக்கும் சேத்துப்
> பால் வாங்குவோம்...

பெரியவர்கள் அடையும் புரிதல் –

> பாடம் படிக்குறது
> நமக்குப் பிடிக்குது
> படம் படிக்குறது
> பாப்பாவுக்குப் பிடிச்சிருக்கு!

இவை குழந்தைகள் உரையாடல் நிகழ்த்தும் மாற்றங்களில் சில.

அய்...சூப்பர்! என்ற பாராட்டு எந்த நேரமும் இந்த வீடுகளில் நிறைந்திருக்கிறது. அய் சூப்பரால் ... பேச்சும் பெருகுகிறது. குளிர்ச்சியும் கூடுகிறது.

அதே நேரம் வேடிக்கைப் பெருமூச்சு இல்லாமலா? குட்டிப் பாரதிகள் கிளிகளுக்காக அள்ளி வைத்த அரிசி அடையாளம் தெரியாமல் போவது ஒரு பக்கம்.

> ஒரே ஒரு
> அணிலு மட்டும்
> வந்து வந்து
> கொறிச்சிட்டுப் போவது

பெருமூச்சின் இன்னொரு பக்கம்!

குழந்தைகள் வளரும்போது பெரியவர்களும் வளர்கிறார்கள். சில நேரங்களில் கவிஞர்களாக - சில நேரங்களில் தத்துவ சிந்தனையாளர்களாக...

பெருசுங்கிறது
கொஞ்ச நேர பிரமிப்பு
என்னும் போது கவிதை.

'பறவைகள்' லாம்
கிளைய நம்பி உக்காற்றதில்ல.
சிறகை நம்பி உக்காருதுக! - என்னும்போது தத்துவம்.

சுதந்திரத்தின் மீது இந்த வீடு வைத்திருக்கும் நம்பிக்கைதான் சிறகு கட்டிப் பறக்கும் அத்தனை உரையாடல்களுக்கும் ஆதாரம்.

மறுத்துப் பழகு
மகளே!   - என்கிறார் தந்தை.
நம்ம பாப்பாவ
ஸ்கூல்ல விட்ட பிறகும்
இதே மாரி
இம்புட்டு பேச்சு பேசுமாங்க?

என்று கவலை கொள்கிறார் தாய். உண்மைதான்! பள்ளி காத்திருக்கிறது - விதிகள், சடங்குகள், அழுத்தங்களோடு...

இந்த வீட்டின் உரையாடல்களைப் படித்ததும் - வகுப்பறைகளுக்குள்ளும் கலகலப்பான திருவிழாக்கள் வேண்டும் என்ற நம் கனவு மறுபடி துளிர்க்கிறது...

01.07.2021

ச.மாடசாமி

கற்றல் தரும் சிறகு

அழகு அழகு அத்தனை அழகு. எல்லாம் மனத்தை கொள்ளை கொள்ளும் வரிகள். இத்தனை மென்மை உள்ளே வைத்திருக்கிறீர்களா சுந்தர்..

இரு சிறு குழந்தைகள் அப்பாவுடன் நிகழ்த்தும் உரையாடல்கள் கொண்ட புத்தகம் இது. குழந்தைகளுக்கே உரித்தான அழகும் இனிமையும் ஒவ்வொரு பக்கத்தையும் மணக்கச் செய்கின்றன. கல்வி குறித்து ஆழமாய் அக்கறை கொண்ட ஆசிரியரான தந்தையை ஒவ்வொரு கணமும் சிந்திக்க தூண்டும் உரையாடல்கள்.

குழந்தைகளின் பேச்சு சுதந்திரமானது. பெரியவர்களின் வாழ்க்கை முறையும் அன்றாடமும் தான் அவர்களின் 24X7 பள்ளி. ஒவ்வொரு நிமிடமும் ஆயிரம் பதிவுகள். புதிய மொழியே உருவாகிறது. " மஞ்சள் செல்லோ எல்லோ குல்லோ புல்லோ ..." - சோப்புக் குமிழிகள் போல பல வண்ணங்களை உள்ளடக்கி உருவாகி வெடிக்கும் அழகிய மொழி.

கற்பனையும் கூர்மையான நோக்கும் கலந்த சித்திரங்கள். " சூரியனப புடிசசு என்ன பாப்பா செய்யப் போற? தொட்டியில படுக்கப் போட்டு தூங்க வைக்கப் போறன்..."

அப்பா எப்படி பேச வேண்டும் என்ன செய்ய வேண்டும் என்று தீர்மானமாக நிர்ணயிக்கும் தெளிவு. அதை விமர்சிக்கும் இனிமை.

" நானு வேகவேகமா எடுத்து வைப்பேன்

நீ வெரிகுட் சொல்லணும்..

சிரி..ப்பா...!

நீ சிரிக்கவே மாட்ற..!

ஹா ஹா

போப்பா ... நல்லாவே சிரிக்கல ...!"

ஆசிரியர்களுக்கும் புதிய பல கருத்துக்கள் கற்பிக்கும் விவேகம்..

" டார்வின் சொன்னான்

நம்ம படிக்கணும் பாப்பா

நீ இன்னிவரைக்கும்

அப்பாவத்தான் படிக்க வச்சிருக்க !"

எவ்வளவுதான் நெருங்கி பழகினாலும் குழந்தை உலகில் நாம் பெரும்பாலும் இறங்குவதில்லை எனும் நினைவூட்டல்...

" நாங்கதான் உங்க லெவலுக்கு வரணுமோ?"

தேனி சுந்தர் தமிழ்நாடு அறிவியல் இயக்கத்தின் முக்கிய கருத்தாளர். கல்வியின் பல அம்சங்களை குறித்தும் பொது அரங்குகளில் பல முக்கியமான விமர்சனங்களையம் விவாதங்களையும் நிகழ்த்தி வருபவர். இந்த அரங்கங்களிலும் அவருடைய பள்ளி கற்பித்தல் அனுபவங்களிலும் கிடைக்காத முக்கிய கற்றல், வீட்டில் தன்னுடைய குழந்தைகளிடம் பெற்று அதை நம்முடன் இங்கு பகிர்ந்து கொள்கிறார். குழந்தைகளின் குரல் பெரும்பாலும் பொது அரங்கங்களில் கேட்பதில்லை. வீட்டில் ஒலிக்கும் குழந்தைகளின் குரல்களை அழகு குறையாது கல்வி மேடைக்கு கொண்டு வந்தமைக்காக சுந்தருக்கு நம் நன்றியும் பாராட்டுகளும்.. இறுதி வார்த்தை சுந்தருடையது :

"வெளயாடிகிட்டே இருந்தாலும்

வெவரமாத்தான் இருக்காங்க..!"

முனைவர் ராமானுஜம்

விஞ்ஞானி, இந்திய கணித அறிவியல் நிறுவனம், சென்னை

என்னுரை

போன வருசம், மாற்று வகுப்பறைகள் பற்றி ஒரு கலந்துரையாடல் நடந்துச்சு.. அதில் கல்வியாளர் முனைவர் வசந்தி தேவி ஒரு விசயத்தை மீண்டும் மீண்டும் வலியுறுத்திப் பேசுனாங்க.. இந்த கொரானா பெருந்தொற்று நெறய சிரமங்களை நமக்கு கொடுத்திருக்கு.. இருந்தாலும் சில வாய்ப்புகளையும் தந்திருக்கு.. அதப் பத்தி நாம யோசிக்கணும்னு சொன்னாங்க.. அப்படியான ஒரு வாய்ப்பு காரணமாக தான் இந்த புத்தகமே உருவாகியிருக்கு. வீட்ல இருக்குறது.. கிட்டத்துல இருக்குறது.. கூட இருக்குறது.. உடன் இருக்குறது.. எல்லாத்துக்கும் சின்னச் சின்ன வித்தியாசம் இருக்கு..!

பொதுவாக இயக்கவாதிகளுக்கு வீட்ல இரண்டு சிரமங்கள் இருக்குன்னு பேரா.ச.மாடசாமி சொல்வார். ஒண்ணு புத்தக வாசிப்பு.. ரெண்டு குடும்பத்துல உரையாடல்.. அதை நானும் பல சமயங்களில் உணர்ந்திருக்கேன்.. கொரானா, முழு முடக்கம் காரணமா இந்த ரெண்டுக்கும் வாய்ப்பு கிடைச்சது.. குறிப்பா குழந்தைகளோட நெறயப் பேச, பேசுறத விட நெறய அவங்கள கவனிக்க, ரசிக்க வாய்ப்புக் கிடச்சது.. அப்படி கவனிக்கவும் ரசிக்கவும் முடிஞ்ச எல்லாத்தையும் நினைவுல வச்சுக்க முடியல.. பதிவு செய்யவும் முடியல.. பதிவு செய்ய முடிஞ்ச அந்த கொஞ்ச சம்பவங்கள வாட்சப் மூலமா நண்பர்களுக்கு அப்பப்போ அனுப்பி வைப்பேன்..

ஐநூறு, ஆயிரம் பேருக்கு அனுப்பத் தொடங்கி கடைசில பதிவுக்கு ரெஸ்பாண்ட் பண்றவங்களுக்கு மட்டும் அனுப்புனேன். அவங்களும் அவங்க வீட்டு குழந்தை பேசுறத, பேரன் பேத்திக பேசுனத அனுப்ப ஆரம்பிச்சாங்க.. ரசிக்கும் படியா இருந்துச்சு..

சில நாள்.. சில வாரங்கள் கூட குழந்தைகளின் உரையாடலைக் கவனிக்க, குறிப்பெடுக்க மறந்துடுவேன்.. அப்புறம் எங்குட்டு நண்பர்களுக்கு அனுப்புறது..? கல்வியாளர் ஆயிசா நடராசன்

அவர்கள் "என்ன தோழர், குழந்தைகளின் உரையாடல்களைக் காணோம்" என வாட்சப்பில் நினைவூட்டுவார்.. அப்புறம் சில நாள் பதிவுகள் தொடரும்.. இடையில விட்ருவேன்.. பேரா. மணி பெருசா பேசி உற்சாகப்படுத்துவார்.. தொடக்கத்துலேயே இதப் புத்தகமாப் போடணும் தோழர்னு சொல்லி உசுப்பேத்துவார்.. சிரிச்சுக்குவேன்..!

ஈரோடு நடராசன், மதுரை மணிமுருகன், கள்ளக்குறிச்சி கருணாகரன், தேனி மாவட்டத்தில் ஆண்டிபட்டி தோழர் பாண்டியராஜன், தெய்வேந்திரன், மகேஷ் சார், ஜெகநாதன் என பல பேரு இந்தப் பதிவுகள் தொடர காரணமாக இருந்திருக்காங்க.. அவங்க எல்லாத்துக்கும் நன்றி சொல்லி ஆகணும்..

எனது தினசரி நடவடிக்கைகளில் "அதான் சரி".. "இந்த விசயத்த இப்படிதான் நாம பாக்கணும்" "இல்ல இல்ல இது தப்பான பார்வை" "குழந்தைகள்னா அப்படித்தான்.." என மனசுக்குள்ள இருந்து எப்போதும் ஒரு குரல் எச்சரிக்கும். வழிகாட்டும்.. மனதின் குரல்! அது பேரா.ச.மாடசாமி அவர்களின் குரல்..!

இந்த வாட்சப் பதிவுகள் இவ்வளவு சீக்கிரமா புத்தகமாயிருக்கு அப்படின்னா பேரா.மாடசாமி அவர்கள் தான் காரணம். வாசித்து முடித்த உடனே அற்புதமான பதிலுரை அனுப்பினார். அதுவே அணிந்துரை ஆனது. ஆமாம், அதுக்கு அப்புறம் தான் நூலாக்க வேலையே தொடங்குச்சு.. அவருக்கு எனது பேரன்பும் நன்றியும்..!

தொடங்கிய உடனே அது நல்லா வரணும்னு என்னைய விட அதிகமா மெனக்கெட்ட நண்பர் முத்துக் கண்ணனுக்கு அன்பு நன்றிகள்..

தேவையான படங்கள் வரைஞ்சு கொடுத்த ஓவியர் ஸ்ரீரசா அவர்களுக்கு என் நன்றிகள்..

பணிகளைத் துரிதப்படுத்தி நூலாக வெளியிட்ட பாரதி புத்தகாலயத்துக்கும் தோழர் நாகராஜன் அவர்களுக்கும் எனது அன்பு நன்றிகள்..

ஒவ்வொரு நாளும் இந்த பதிவுகள முதல்ல என் இணையர் அருணாவுக்கு தான் அனுப்புவேன். வாசிக்கும் போதே சிரிச்சா

நல்லா இருக்குன்னு அர்த்தம். ஒரு திணுசா முழிச்சா அந்த இடத்துல புரியலன்னு அர்த்தம்.. அப்புறம் லேசா அத திருத்தி மத்தவங்களுக்கு அனுப்புவேன்.

இந்தப் பதிவுகளின் உயிராக விளங்கும் அன்பு மகன் டார்வின், செல்ல மகள் புகழ்மதி, தம்பி சத்யனின் மகன்கள் கவின், சர்வின், தங்கை சுபாவின் மகள்கள் லத்திகா, கீர்த்தி அனைவருக்கும் எனது அன்பு முத்தங்கள்.. இந்த குழந்தைகளின் உரையாடல்கள் பெருகி வரும் ஊற்றாக இருக்க உறவுகளே காரணம்.. குழந்தைகள் உடனிருக்கும் தாத்தா, அப்பத்தா.. ஊர்ல இருக்கும் தாத்தா, அம்மாச்சி, பெரிமா, பெரிப்பா, சிபி அண்ணன் எல்லாத்துக்கும் என் நன்றிகள்..!

இது சாதாரண முயற்சி.. இதனை அங்கீகரித்து நூலாக்கம் பெற உதவிய அத்தனை அன்பு உள்ளங்களுக்கும் என் பேரன்பும் நன்றியும்..!

– தேனி சுந்தர்

கைபேசி : 9047140584

ரூ..
சிக்சு..
போர்..
நைன்..
செவன்..
திரி..
எய்ட்..
ஒன்..
டென்..
ஒண்ணுல்ல..
நம்பர் சொல்லிகிட்டே
பாப்பா படியேறி
மேல வர்றாங்க...
நம்பர் வரும் முன்னே..
பாப்பா வரும் பின்னே..

யாரு பாப்பா
சொல்லிக் கொடுத்தது..?

கீத்தி..

பாப்பாவ விட
ரெ...ண்டு மாசம்
சீனியர் அவங்க..!!

03.08.2020

நான் போயி..
தொட்டுட்டு வரவா..

ம்ம்..

இங்க தான்
ஒளியணும்..!

சடி..

நயன்.. செவன்..
ஒன்.. டென்..
வரவா புலல் (புகழ்)....

வா கீத்தி (கீர்த்தி)....

அய்..
இந்தாருக்க...
கண்புடுஸ்ட்டேன்..!

இப்ப
நான் போயி
தொட்டுட்டு வரவா...

ம்ம்..

இதுக்குள்ள தான்
ஒளியணும்..

சடி...

ஒன்... டூ...
திரீ... சிக்ஸ்...
வரவா கீத்தி....

வா புலல்...

அய்...
இந்தாருக்க...
கண்புடுஸ்ட்டேன்..!!

01.09.2020

'சின்சான்.. ஹீமாவரி..
மிர்சி.. நொகாரா.. ஷீரோ..

இந்தப் பேர்லாம்
இன்னும் ரேசன் கார்டுலதான்
சேக்கல..

அவனப் பொருத்த வரைக்கும்
அவன் தான் சின்சான்..
அப்பா நொகாரா..
அம்மா மெர்சி..
பாப்பா ஹீமாவரி..

ஷீரோ தான் இல்ல..
அதுக்கு பதிலா
அக்காப் பொம்மை இருக்கு..

அஞ்சுக்கு அஞ்சு
கணக்கு சரியா இருக்கு..!

அதான்
விளையாடப் போயாச்சுல்ல..
செய்தியக் கிய்திய
போட வேண்டியது தான..
வீட்டம்மா
சத்தம் போடுறாங்க..

24 மணி நேரமும்
டிவில சின்சான் ஓடிக்கிருந்தா
நமக்கு கடுப்பா இருக்கு..!

வெளயாடப் போயிட்டு வந்து
திரும்பவும்
அதயே தான் பாக்குறாய்ங்க..
புதுசா பாக்குற மாரியே
ரொம்ப ஆர்வமா வேற..!
கண்சிமிட்டாம..!

31.07.2020

சேர்ல உக்காந்து
படிச்சிக்கிருந்தேன்..

அடிக்கோடு போட
வச்சிருந்த பேனா
கை தவறி
கீழ விழுந்திருச்சு...

கொஞ்சம் தள்ளி
எதையோ
வெட்டி ஒட்டிக் கொண்டிருந்தவன்
அத எடுத்து நீட்டினான்...

கை நீட்டினேன்..
எட்டல..!

உடம்ப உயர்த்தி
இன்னும் கொஞ்சம்
பக்கமாய் நீட்டினான்..
அப்பவும் எட்டல..

நான் நீட்டியபடி இருந்தேன்..
கோபம் வந்துருச்சு
அவனுக்கு..!

நாங்க தான்
உங்க லெவலுக்கு வரணுமோ
கொஞ்சம் கூட
எறங்க மாட்டீங்களோ என்றான்..

கேள்வி
பேனா சம்பந்தப்பட்டது
மட்டுமில்ல.!

28.07.2020

மேடம் குளிக்கணும்ம்னு
சொன்னாங்க.
சரி பாப்பா குளிச்சுவிடவா..

நானாத்தான் குளிப்பேன்
கண்டிசனா சொல்லிட்டாங்க..!

வெந்நீரும் தண்ணீரும்
சொகமாரி
வெதுவெதுன்னு
ஒருவாளி வச்சாச்சு..

வெளிய போனாத்தான்
குளிப்பேன்..
சரி.. போறேன் போறேன்..

தண்ணிச் சத்தம்
கேக்குது.. கேக்குது..
கேட்டுக்கிட்டே இருக்கு..

எம்புட்டு நேரம் பாப்பா..?
இன்னமா குளிக்கிற..?

சத்தம் போட்ட பிறகுதான்
லேசா எட்டிப் பாத்தாங்க..

குளிச்சாச்சா..
ம்ம்ம் குளிச்சிட்டேன்..

நல்லா
சோப்பு போட்டியா....!

....

சரி பரவால்ல.. வா..

இருப்பா..
நான் போயி
சோப்பு போட்டு
குளிச்சிட்டு வாரேன்...!!

02.08.2020

ஒரு பூனக்குட்டி
எட்டி எட்டிப் பாக்குதுப்பா..

அட ஆமாம்..

அந்தப் பூனக்குட்டி
பால் கேக்குதுப்பா...

நாளைக்கிருந்து
பூனைக்கும் சேத்து
பால் வாங்குவோம்...

சரி..

இன்னைக்கு போயி
அவங்க அம்மாகிட்டயே
குடிக்கச் சொல்லு..

அம்மா பூன
ஆபிசுக்கு போயிருச்சுப்பா..

அப்பா இருப்பார்ல பாப்பா..
கடையில
வாங்கித்தரச் சொல்லு..

அவங்க அப்பா
அந்த மதிலு மேல ஏறி
அப்பிடியே
சென்னைக்கு போயிட்டாங்க...

அப்ப பூனக்குட்டி
யாரு கூட இருக்கும் பாப்பா..

அப்பத்தாகூட தான் இருக்கும்..
பூனக்குட்டி எப்பவுமே
அவங்க அப்பத்தா கூடவே தான்

இருக்கும்..!!

26.08.2020

பல்லு தேய்ச்சா தானப்பா
கொரானா வராது..

ஆமாம் பாப்பா
சீக்கிரம் தேய்ச்சிரு..

சோறு சாப்பிட்டா தானப்பா
கொரானா வராது..

ம்.. அபுக் அபுக்குனு சாப்பிடு..

பயறு சாப்பிட்டா தானப்பா
கொரானா வராது..

ம்ம்.. கரெக்ட்டு..

கெழங்கு சாப்பிட்டா தானப்பா
கொரானா வராது..

வரவே வராது..

பாலக் குடிச்சா தானப்பா
கொரானா வராது..

கடக் மொடக்னு குடிச்சுப்புடு..
வெரிகுட் பாப்பா.

ஐஸ்கிரீம் தின்னாலும்
கொரானா வராதுலப்பா......
சாக்லட் தின்னாலும்
கொரானா வராதுலப்பா......
சொல்லுப்பா...

வெளிய என்னா சத்தம்..
எம்புட்டு தைரியமா
கடிக்க வந்திருக்கு
பாத்தியா பாப்பா...!

கண்ண மூடி தூங்கு.
அப்பா பாத்துக்குறேன்..
பூன வந்தா ஓர்ரே போடு..!

ம்ம்..
சொல்லுப்பா...
சாக்லட் தின்னாலும்
கொரானா வராதுலப்பா..!

30.07.2020

அம்மா..
விழுந்துட்டேம்மா..

அச்சச்சோ..
அம்மா தேச்சு விடுறேன்..

அம்மா..
வலிக்குதும்மா..

அம்மா மருந்து போட்டு
விடுறேன்..

அம்மா...
பசிக்குதும்மா..

அம்மா பாலாத்தி தாரேன்..

அம்மா..
தூக்கம் வருதும்மா..

அம்மா தொட்டில போட்டு
ஆட்டி விடுறேன்..

அம்மா..
குளிக்கப்போறேம்மா..

அம்மா தண்ணிகாய
வைக்கிறேன்...

போதும் போதும்..
இப்ப நாந்தான் அம்மா..
நீ தான் பாப்பா...

அம்மா...
விழுந்துட்டேம்மா....!!!

ஊட்டுப்ல
பொம்ம செய்றத
போட்டுக் கொடுப்பா..
பொம்ம செய்ய
பேப்பரு தாப்பா..

யூடியூப்ல
வீடியோ ஓடியது..
அம்மணி பார்த்தாங்க...
கொடுத்த பேப்பர
ஓரத்துல கிழிச்சாங்க..

கிழிச்சதும்
மடக்கி உருட்டி..
கசக்கி உருண்ட திரட்டி
கையில கொடுத்தாங்க..

இந்தாப்பா கார் பொம்ம..

அய்ய்..
சூப்பரா இருக்கே..

ஒவ்வொரு நொடிக்கும்
ஒரு பொம்ம...
டாண்..டாண்ன்னு
வந்துகிட்டே இருந்துச்சு..

இந்தாப்பா நீ உக்காற
சோப்பா செட்டு...
இந்தா பூன பொம்ம..
இந்தா முயலு பொம்ம..
நாய் பொம்ம..
மாடு பொம்ம...
கோழி பொம்ம..
குதுர பொம்ம...

அடடடடடடடடா..
அஞ்சே நிமிசத்துல
என்னைச் சுத்தி
எம்புட்டு பொம்மைக...!!!

31.08.2020

இதெல்லாம்
என்னன்ன கலர்னு
பாப்பாவுக்கு
சொல்லவே தெரியாது..

ம்ம்..
எனக்குத் தெரியும்..

எங்க சொல்லுங்க
பாக்கலாம்..

மஞ்சள்..
யெல்லோ..
ஒல்லோ..
குல்லோ..
புல்லோ...
தல்லோ..

அய்..
சூப்பரு பாப்பா..!!

28.09.2020

எனக்கு
இந்த பொம்ம..
தூரிலாம்
வேணாம்ப்பா..

இதலாம்
கடைல குடுத்துட்டு
எனக்கொரு
பட்டாம்பூச்சி
வாங்கிட்டு வாப்பா..

இப்டி இப்டி
பறக்குற பட்டாம்பூச்சி
வாங்கிட்டு வா..

29.09.2020

ப்பா..
ஒரு கத சொல்லப்போறேன்..

அது
எறும்புக் கத..

இதுமேல
உக்காந்து சொல்லவா...

ம்ம்...

நான்
ஒரு கத சொல்லப்போறேன்..

அது ஒரு
எறும்புக் கத...

இங்கிட்டு
உக்காந்து சொல்லவா..

ம்ம்..

ஒரு கத சொல்லப்போறேன்..
அது எறும்புக் கத...

சீக்கிரம் சொல்லு பாப்பா...
அப்பாவுக்கு
தூக்கம் தூக்கமா வருது..!!!

03.09.2020

ப்பா..
அண்ணனுக்கு
புண்ணு வந்துருச்சு..

அச்சச்சோ..
எப்புடி பாப்பா..

அண்ணெ சைக்கள ஓட்டி
அப்டியே விழுந்துட்டான்..
ரத்தமா வந்துச்சு..

போ பாப்பா..
ஓங்ட்ட அப்பா
என்னா சொல்லிட்டுப் போனேன்..
அண்ணன பாத்துக்கன்னு
சொல்லிட்டு போனேன்ல..

அண்ணெ விழுகுறப்ப
பாத்துக்குத் தான்ப்பா
இருந்தேன்...

என்னத்த சொல்ல....!

30.09.2020

காக்காச்சி
அங்கக்கு..!

கண்டுபுடிங்க
பாக்கலாம்..!!

தம்பி மகன்
ஷர்வீன் பேச்சு..

விடை:
கரப்பான் பூச்சி
அங்க இருக்கு..!

27.04.2021

யேய்...
அங்க பாருப்பா
பார்க் தொறந்திருக்கு..
திரும்பி வாறப்ப வெளயாடலாமா..

வேணாம்டா..
ரொம்ப கூட்டமா இருக்கு..
அப்பறம்
கொரனா வந்துரும்..

இடையில
பாப்பா புகுந்து
கருத்து சொல்றாங்க...

வேணாம்ணே..
அந்தா....
அந்த தோட்டத்துக்குள்ள தான்
கொரனா ஒளிஞ்சிருக்கும்..
நம்ம வெளாடுறப்ப
அப்பிடியே வந்து
லபக்குன்னு
கடிச்சு வச்சுப்புடும்..!!

11.10.2020

இந்த சடக்கார பொம்மைய
எங்கப்பா வாங்குன..

கம்பத்துல பாப்பா..

இந்த குட்டிப் பொம்மைய
எங்கப்பா வாங்குன..

கம்பத்துல..

இந்த
பாவாட சட்ட பொம்மைய
எங்கப்பா வாங்குன..

கம்பத்துல தான்..

இந்த சடக்கார பொம்மைய
எப்பப்பா வாங்குன..

இப்பதான் பாப்பா..

இந்த குட்டிப் பொம்மைய
எப்பப்பா வாங்குன..

இப்பதான்..

இந்த பாவாட சட்ட பொம்மைய
எப்பப்பா வாங்குன..

இப்பதான்...

இந்த சடக்கார பொம்மைய
எந்தக் கடையிலப்பா
வாங்குன..

இன்னொரு ரவுண்டா...!!?

சொல்லுப்பா..
குட்டிப் பொம்மைய
எந்த கடையிலப்பா வாங்குன...

ஆத்தாடி ஆத்தா..
ஒத்த பொம்மைக்கு எத்தன கேள்வி..?

30.08.2020

பாப்பாகிட்ட கேட்டேன்..
அம்மா பேரு என்னா பாப்பா..?
அம்மா..
அப்பா பேரு..?
அப்பா..
தாத்தா பேரு..?
தாத்தா..
அப்பத்தா பேரு..?
அப்பத்தா..
பாப்பா பேரு..?
பாப்பா..

அம்மா.. அப்பா.. அண்ணன்..
இதெல்லாம் உறவு முறை பாப்பா..
ஒவ்வொருத்தருக்கும்
ஒரு பேரு இருக்கும்ன்னு
வெளக்கம் சொன்னேன்..!

அடுத்தடுத்து கேக்கும் போது
அப்பா பேரு சுண்டரு..
அம்மா பேரு அடுணா..
அண்ணன் பேரு டார்வினு..

பதில்கள மாத்திச் சொன்னாங்க..
இன்னைக்கு காலைல
பாப்பா கேட்டது..
இந்த எலை பேரு
என்னாப்பா..?
நான் சொன்னேன்..
எலை..!
இந்தச் செடி பேரு
என்னாப்பா..?
செடி..
இந்தக் கோழி பேரு
என்னாப்பா..?

கோழி..
இந்த மாடு பேரு
என்னாப்பா..?

மாடு..!!
நான் ஒண்ணும்
தப்பாக் கிப்பா பேசலியே ...??!!

25.07.2020

நானாவே
சட்ட போட்டுட்டேன்பா..
நானு பெரியபிள்ள
ஆயிட்டன்ல..

நானாவே
சிங்க்குக்குள்ள
தட்ட போட்டுட்டேன்பா..
நானு பெரியபிள்ள
ஆயிட்டன்ல..

நானாவே
செப்பல
கழட்டி மாட்டிட்டேன்பா...
பெரியபிள்ள ஆயிட்டன்ல..

நானாவே
தண்ணிய தூக்கி
கப்புல ஊத்திட்டேன்பா..
பெரியபிள்ள ஆயிட்டன்ல..

சரி வா பாப்பா..
கடைக்கு போயிட்டு வரலாம்..

ம்.. தூக்குப்பா..

நீ தான்
பெரியபிள்ள ஆயிட்டம்ன
நடந்தே வா...

போப்பா லூசப்பா..
நானு இன்னும்
பெரியபிள்ளயே ஆகல...
நானு பாப்பா..!!

17.09.2020

இங்க பாருப்பா...
சுத்திச் சுத்தி ஓடுறேன்..

ம்.. ஓடு..

இங்க பாருப்பா..!
உக்காந்து உக்காந்து
ஆடுறேன்..

ம்.. ஆடு..

என்னயப் பாருப்பா..
கால்ல சிக்காம
கெவுனு போடுறேன்...

கெட்டிக்கார பாப்பா..

என்னய பாருப்பா..!
எப்புடி சிந்தாம
சாப்பிடுறேன்..

ம்...
எப்புடி
குளிக்குறேன்னு பாருப்பா...

ம்..

எப்புடி
தவ்வுறேன்னு பாருப்பா...

எப்புடி
ஊஞ்சல் ஆடுறேன்னு பாருப்பா

போப்பா...
பாக்கவே மாட்ற..!!

பாக்குறேன்ல பாப்பா..

திரும்பாம பாருப்பா...
பாத்துக்கிட்டே இருக்கணும்...!!

23.08.2020

ராத்திரி பதினோரு மணி இருக்கும்..
ஒரு புத்தகத்தின்
இறுதி அத்தியாயத்தை
வாசித்து கொண்டிருந்தேன்..

எப்பப்பா விடியும்..
ஏண்டா...

எப்ப விடியும்னு சொல்லு..
காலைல தாண்டா..

வாட்ச் முள் எங்க வரணும்..
என்ன விசயம்னு சொல்லு..

சைக்கிள் ஓட்டணும்..
அப்டியா..
சீக்கிரம் தூங்குனா
சீக்கிரம் விடிஞ்சிரும்..

தூங்கல..
பொரண்டு பொரண்டு
படுத்தான்..

அஞ்சரைக்கே முழிப்பு வந்து
விடிஞ்சிருச்சானு கேட்டான்..
இல்லயில்ல..
இன்னும் கொஞ்ச நேரம்
தூங்குன்னேன்..

சின்ன சைக்கிள
நல்லா தான் ஓட்டிகிட்டிருந்தான்..
இந்த சைக்கிள அவனா
ஓட்டுற நம்பிக்கை
இப்ப தான் பொறந்திருக்கு..

மழை எப்ப நிக்கும்..
நீ பல்தேய்ச்சு சாப்பிடு
நின்னுரும்..

மழை
லேசாத் தான்ப்பா விழுகுது..
இப்ப போகவா..?
தவியா தவிக்கிறான்..!!
கற்றல் தரும் சிறகு...
பறக்கத் துடிக்குது..!

20.07.2020

அவனும் நானும்
ஆளுக்கொரு சைக்கிளில்
தோட்டப் பாதையில் போனோம்..

இடது ஓரமாகத் தான்
போகணும் வரணும்..
எதுத்தாப்ல வண்டியெதுவும் வந்துட்டா
ஓரமாக ஒதுங்கி நிய்க்கணும்..

ஆயெல்லாம் கிடக்கும்
அதுமேல ஏத்திடக் கூடாது..

வளவுல வரும்போது
வண்டி வருதான்னு
பார்த்துட்டு தான் திரும்பணும்..

சொல்ல வேண்டிய
சின்னச் சின்ன விசயங்களை
சொல்லிக்கிட்டே
முன்னும் பின்னுமா வந்தோம்..

எதிரில் வந்த நண்பர் ஒருவர்
வலது ஓரமாவே வந்தார்..

என்னாப்பா அவரு
இந்த ஓரத்துல வர்றாரு..?
டார்வின் கேள்வி..

நான் சொன்னேன்.
அவரு தப்பா வர்றாரு..

வந்தவருக்கு என்ன வேலையோ
திடீர்னு திரும்பிட்டாரு..

அடுத்த கேள்வி
அவன் கேட்டான்..

அப்போ
தப்பா வந்துட்டா
திரும்பி மொதல்ல இருந்துதான்
வரணுமாப்பா..!!

27.07.2020

ஏங்க..
என்னா கொழும்பு வைக்க..

முட்டக் கொழும்பு..

சரி இந்தாங்க
இதப் பூராம் உரிங்க..
எனக்கு கிச்சன்ல வேல இருக்கு
பாப்பாவயும் பாத்துக்கங்க..

கால் கிலோ வெங்காயம்..
பாப்பாவ வேற சமாளிக்கணும்...?

ஐடியா...!

பாப்பா ஓடி வா..
ரெண்டு பேரும்
வெங்காயத்த உரிச்சு உரிச்சு
விளையாடுவோம்..

குட்டி விரல்கள்
தோலை உரிக்கத் தோதாக
வெட்டி வெட்டிக் கொடுத்தேன்..
உரிச்சு கொடுத்தாங்க..
ஒவ்வொன்னுக்கும்
ஒரு வெரிகுட்..

பாப்பா
இன்னொரு விளையாட்டு..
வெங்காயத் தோல
கொஞ்சம் கொஞ்சமா
எடுத்துக் கொடுப்பேனாம்..
பாப்பா அத
சிந்தாமக் கொண்டு போயி...
குப்பை வாளில
போட்டுட்டு போட்டுட்டு
ஓடி வருமாம்...

ரெடியா பாப்பா...!?!

வேணாம்ப்பா..
நான் எடுத்தெடுத்து தருவனாம்..
நீ போட்டுட்டு போட்டுட்டு
ஓடி வருவியாம்..!

15.08.2020

தோனி மட்டும் எதுக்குப்பா
நெறயா விளம்பரத்துல
வாரான்..

அப்பதான்
நல்லா விக்கும்னு
நடிக்கச் சொல்றாங்க..
நடிச்சா நெறயா சம்பளம் கொடுப்பாங்க..

சரி சரி
நாளைக்கு சாய்ங்காலம்
வரும்போது
எனக்கு பேட்டும் பந்தும்
வாங்கி வாப்பா..
மறந்துராத..!

சொல்லுப்பா..
சரின்னு சொல்லுப்பா..

ம்ம்...

சரின்னு சொல்லணும்..

சரி....

இப்புடிப் புடுச்சு
இழுத்து ஒர்ரே அடி...
பந்து சொய்ங்ங்ன்னு போயி
அங்க விழுகும் பாரு..

25.09.2020

நாளைக்கு நேத்து
என்னய
பிரிட்ஜ் கதவு
இடிச்சுப்புடுச்சுப்பா..!

அச்சச்சோ..
அடி நொறுக்கிப்புடுவோம்..

நேத்து முந்தாநாளு
நம்ம பெரிம்மா வீட்டுக்கு
போவம்லப்பா..!

போவம் போவம்...

நாளைக்கு நைட்டு
எனக்கொரு சைக்கிளு
வாங்கித்தான்னு
கேட்டன்லப்பா..

மறந்துட்டேன் பாப்பா..

முந்தாநாளைக்கு
மதியானம்
அம்மா ஆப்பிஸ் போயிட்டு
வரும்லப்பா..!

ஆமாம்..

அம்மாவ
கூப்ட்டுக்கு வரும்போச
எனக்கொரு
காட்டன் பொம்ம
வாங்கிட்டு வாப்பா..

சரி பாப்பா..

01.10.2020

ஒரு கைல
காலியான மிட்டாய் டப்பா..
இன்னொரு கைல
பிளாஸ்டிக் கவர்..

வேகமா வந்தவன்
நூலு இருக்காம்மா..
சிசர் எங்கம்மான்னு
கேட்டான்..

என்னாடா
செய்யப் போற..

பாராசூட்
செய்யப் போறேம்மா..

ஓட்ட போடுறேன்னு
கைய்யில கிய்யில
குத்திக்கிறாதடா..

நீ சும்மா தானப்பா
உக்காந்திருக்க..
எப்ப பாத்தாலும்
செல்லவே நோண்டிக்கிட்டு..

இந்தாப்பா..
இந்த டப்பாவுல
ஓட்டயப் போட்டு
நூலக்கட்டித் தாப்பா..
நான்
பாராசூட் செய்யப்போறேன்..

பாராசூட் எதுக்குடா..

தெனமும்
அரிசி போடுவேன்ல
அந்தப் புறாவ
பாராசூட்லயே
பறந்து போயி
புடிக்கப் போறேன்...

02.10.2020

ஏற்கனவே
பழைய பாலு கொஞ்சம்
மிச்சம் இருந்துச்சு..

ஏன் வீணாக்கணும்னு
பழைய பாலு ஒரு அடுப்புல
புதுப் பாலு ஒரு அடுப்புல
காயவச்சிருந்தேன்..

என்னாப்பா
ரெண்டு அடுப்புல
ரெண்டு பால்சட்டி இருக்கு..

இடது பக்கம் காட்டி
இது பழைய பாலு பாப்பா..
அது புதுப் பாலுன்னு
வெளக்கம் சொன்னேன்..

இது நடந்து
ஒருமாசம் கழிச்சு..
இதேபோல சந்திப்பு
இன்னொரு தடவ
நடந்துச்சு..

என்னாப்பா
ரெண்டு அடுப்புலயும்
பால்சட்டி வச்சிருக்க..

இது புதுப் பாலு..
அது பழைய பாலு...

போப்பா..
அந்தப் பக்கந்தான்
பழைய பாலு..
இது புதுப் பாலு...
நீ தப்புத் தப்பா சொல்லுற..!!

10.10.202

கவர்மெண்டு நிர்வாகம்
காலையிலேயே
களத்துக்கு வந்திருச்சு..

எப்பா..
கொரானாக்காரங்க
வந்துட்டாங்கன்னு
ஓடிவந்தான்..

தெருத் தெருவா
மருந்தடிச்சாங்க..
நாங்க கதவடச்சு
ஒளிஞ்சுக்கிட்டோம்..

அவங்க போனபிறகு
ஆளுக்கொரு சைக்கிள்ல
வழக்கம் போல
கிளம்பினோம்..

ஒவ்வொரு மிதிக்கும்
ஒரு கேள்வி..

இதான் கேரட் செடியா..
இங்க தான் முயலு வருமா..?

இல்லடா இது பீட்ரூட்
நேத்து சாப்டம்ல..

செடில பீட்ரூட்டவே காணாம்..?

அடியில இருக்கும்..

இந்தச் செடி..?

இதுல இருந்து தான்
ஈ·ராங்கா வரும்..

ஈ·ராங்கான்னா..?

வெங்காயம் தான் ஈ·ராங்கா..

இந்தச் செடி..?

இது செடியில்ல
கோவங்காக் கொடி..

கோவங்கா எப்படி இருக்கும்..?
சின்னச் சின்னதா இருக்கும்..

கோவங்காய
என்னா செய்வாங்கப்பா..?

அதுவும் காய்தான..
வேகவச்சு சாப்பிடலாம்..
என்னாப்பா
செடிக்குப் போயி
மருந்தடிக்குறாங்க..
செடிக்லாம் கூட
கொரானா வருமா..?

துணைக் கேள்வியொண்ணு
தொடர்ந்து வந்தது..

இத கேட்டது பாப்பா.!

செடிக்லாம் எப்டிப்பா
மாஸ்க் போடுவாங்க..??

29.07.2020

ரெண்டு மூணு சிலேட்டும்
சிலேட்டுக்குச்சி பெட்டியும்
வாங்கி வந்தோம்..

பயன்பாடே
தெரியாத பாப்பா
எல்லாமே எனக்குதான்னு
தூக்கி வச்சுக்கிட்டாங்க..

ஒனக்கொண்ணு..
அண்ணனுக்கு ஒண்ணு..
கீர்த்திக்கொண்ணு பாப்பான்னு
சொன்னதும்
அண்ணனுக்கொண்ணு
கொடுத்தாங்க..

கீர்த்திக்கு...?

இதுபூராமே எனக்குத் தான்னு
நெஞ்சோட அணச்சுக்கிட்டு
ஓங்க அப்பாட்ட சொல்லி
இய்யும் வாங்கிக்க கீத்தின்னு
கோளாறு சொன்னாக..
கை நீளல..

குடுத்துரு பாப்பான்னு
சொல்லச் சொல்ல
குடுக்கமாட்டேங்கிற
வீம்புதான் கூடுது..

டார்வின்
தன்னிடமிருந்த சிலேட்டை
இந்தா கீர்த்தினு கொடுத்துட்டு
அண்ணனுக்கு இல்லயேனு வெறுங்கை காட்டினான்..

உடனே
இந்தாண்ணே சிலேட்டுன்னு
எடுத்துக் குடுத்துட்டாக..

பஞ்சாயத்து ஓவர்..!!

09.10.2020

ரெண்டு பாப்பாவுக்கும்
சிலேட்டும் குச்சியும்
கிடச்சதும்
ஆளுக்கொரு பக்கமா
ஒக்காந்து
கிறுக்க ஆரம்பிச்சாங்க..

சரி வாங்க
எப்புடி எழுதணும்னு
சொல்லித் தாரேன்..
இது டார்வின்..!

அவன் கொஞ்சம்
படிச்சவன் இல்லையா..
மெத்தப் படிச்சவக மாரியே
எடுத்தவுடனே
ஒண்ணு ஒண்ணா
போட்டுக் கொடுத்தான்..
அப்புறம் ரெண்டு ரெண்டா
போட்டுக் குடுத்தான்.

எதப் போட்டுக் குடுத்தாலும்
எழுத தெரியணுமே..
ரெண்டும் முழிக்குதுக..
கொசான்முசான்னு
கிறுக்குதுக..

அப்பிடில்ல இப்பிடில்ல..
கோவம் வருது அவனுக்கு..

விடுறா டேய்..
முட்ட முட்டயா
போடுங்க பாப்பான்னு
சொன்னேன்…

எழுத
சொல்லித் தரச் சொன்னா
முட்ட முட்டயா போடச்சொல்ற..
நீயெல்லாம்ப்பான்னு
சொல்லி மொரச்சுப்பாத்துட்டு
நிக்காம போய்ட்டான்..!!

12.10.2020

சிலேட்டுல
முட்ட போடச் சொன்னதும்
பாப்பாவும் கீர்த்தியும்
குஷி ஆயிட்டாங்க..

அய்..
நானு சின்ன முட்ட
போட்றுக்கேன்..
அய்..
இப்ப பெரிய்ய முட்ட
போட்டுட்டேன்..
இது கீர்த்தி...

முட்ட...
இதானப்பா முட்ட...
இது நெலா முட்ட..
இது தோச முட்ட...
இது நம்ம புகழ்மதி..

நெலா முட்ட..
தோச முட்ட..

ஆஹா..
அன்னாந்து பாத்தா
ரெண்டு நிலா
தெரியுது நமக்கு..!

13.10.2020

ப்பா...
இங்க பாத்தியா..
பாப்பாவுக்கு
சூரியன புடிச்சுத் தரணுமாம்..

அதெல்லாம்
ஏரொப்ளேன்ல
போனாத் தானப்பா
புடிக்க முடியும்..?

சூரியனப் புடிச்சு
என்னா பாப்பா
செய்யப் போற...?

ம்ம்...
தொட்டியில
படுக்கப்போட்டு
தூங்க வைக்கப் போறேன்..
ஹா ஹா ஹா..!!

19.10.2020

நேத்து சாயங்காலம்
பால அடுப்புல வச்சுட்டு
பாத்திரம்
கழுவிக்கிட்டிருந்தேன்..!

பாப்பா இடையில
பேச்சுக் கொடுக்கவும்
கவனம் மாறிடுச்சு..
பாலு பொங்கிருச்சு..

பதறியடிச்சு
அடுப்ப நிறுத்துறத பாத்து
பாப்பாவுக்கு ஒரே சிரிப்பு..

சிரிச்சது மட்டுமில்லாம
அம்மாகிட்ட வேற
போட்டுக் கொடுக்குது..

அம்மா…
அடுப்புல…
பாலு…
பொங்கிருச்சு…
அம்மா…
அடுப்புல…
பாலு…
பொங்கிருச்சு…

அடுத்துச் சொன்னது
ஆச்சரியமா இருந்துச்சு..

பாலு…..
பொங்கி…
கீழே…
வந்துவிட்டது…
பாலு…
பொங்கி…
கீழே…
வந்துவிட்டது…

பிச்சுப் பிச்சு
சொன்னாலும்
தெளிவான வாக்கியம்..!!

20.10.2020

பாப்பா..
அண்ணன வரச் சொல்லு..

அண்ணே...
அண்ணே...
வாண்ணே...

அண்ணே...
வாண்ணே...

டார்வின்...
டார்வின்...
வா அப்பா கூப்டுது..

ஏ...லே...ய்...
எலேய்...

வாடா...!

21.10.2020

என்னா பாப்பா..
பொம்மயோட டிரஸ்லாம்
இப்படி இருக்கு..

பொம்மைக்கு
ஆயி கழுவிவிட்டேன்பா..
அதான்
நனஞ்சு போச்சு..

சரி சரி..

எப்பா..
இந்த பொம்ம
ஜட்டியே போடல..
அந்த கடக்காரங்களுக்கு
போன்போட்டு சொல்லுப்பா..
இதுகூட தெரியாதா
அவங்களுக்கு..?

மறுபடியும்
அந்த கடைக்குப் போவேன்ல
அப்ப சொல்லிர்றேன் பாப்பா..!!

25.10.2020

அய்யோ...
மின்னல் வெட்டுது
பாப்பா..
உள்ள ஓடி வந்துரு..!

அது
நிம்மல் இல்லப்பா..
கெட்டுப் போன லைட்டு..!
இப்ப பாரு
அமந்து அமந்து எரியும்..!

26.10.2020

பாப்பாவுக்கு பிடிக்குமேன்னு
நல்லா புசுபுசுன்னு
பெருசா ஒரு கரடி பொம்ம
வாங்கி வந்தேன்..

வாங்குன அன்னைக்கி
பொம்ம எனக்கு..
இல்ல எனக்கு..ன்னு
ரெண்டு பேருக்கும்
ஒரே சண்ட...

ஒரு மாசமாச்சு..
அந்த இருவது நிமிச
இழுபறிக்கு பிறகு
வச்ச எடத்துல
வச்சமாரியே உக்காந்து
பாத்துகிட்டே இருக்கு
அந்த கரடி பொம்ம..

சாப்டும் போதும்
தூங்கும் போதும்
குட்டிக் குட்டிப்
பார்பி பொம்மைக தான்
பாப்பா கூடவே இருக்குதுக..

பெருசுங்கிறது
கொஞ்ச நேர பிரமிப்பு..!

06.11.2020

அண்ணன
எங்க பாப்பா...

அவன்
பாலா வீட்ல
வெளாண்டுக்கிருக்கான்..

பாலா வீட்லயா...?
அது எங்க இருக்கு.?

வேதிகா அக்கா இருக்கும்ல
அதான் பாலா வீடு..!

அது யாரு புதுசா
வேதிகா...?

ம்ம்... பாலாவோட அக்கா..!

அது சரி..
வேதிகா வீடு எது..?

அதான்ப்பா..
இந்த பாலா இருக்கான்ல..!!

18.03.2021

ஏம்ப்பா..
நானு.. அண்ணன்..
நம்மெல்லாம்
தீவாவளிக்கு
சீனி வேட்டு போட்டம்லப்பா..

ஆமாம் பாப்பா..

சீனி வேட்டு மாரி
உப்பு வேட்டும்
இருக்காப்பா...?

23.03.2021

மாடியில
அரிசி போட்டு வச்சா
கிளியெல்லாம்
அதச் சாப்பிட
நம்ம வீட்டுக்கு வந்துரும்னு
அவங்க அத்த சொல்ல...

அஞ்சு கிலோ
அரிசி இருக்கும்..
எடுத்துக்குப் போயி
கும்ம கும்மலா வச்சுட்டான்
மாடி கைபுடிச் சுவர்ல..!

எப்பா..
ரெண்டு கிளி
இந்த பக்கம்
பறந்து போச்சுப்பா..

அவ்ளோ தூரத்ல இருந்து
பாத்தா
கிளிக்கு அரிசி தெரியுமா.?

இப்ப
அரிசிய பாத்துருக்குமா..?

இப்ப மேல போயி பாத்தா
தின்னுக்கிட்ருக்குமா..?

நம்மளப் பாத்தா பயக்குமா..?

நம்ம போனா
பறந்துருமா..??

கேள்வி மேல
கேள்வி கேட்டுத் தவிச்சான்..

இப்ப
அந்த அரிசியே
அடையாளம் மாறிப் போச்சு..!

ஒரே ஒரு
அணிலு மட்டும்
வந்து வந்து
கொறிச்சுட்டுப் போகுது..!

24.03.2021

அப்பாவ எங்கம்மா..?

திண்டுக்கல்ல மீட்டிங்குன்னு
போயிருக்காரு..

இவ்ளோ நேரமாச்சு
இன்னுமா மீட்டிங்கு..?

இப்பதான்
பஸ் ஏறி இருக்காராம்..
வர லேட்டாகும்..

சரி சரி
லேட்டாவே வரட்டும்..

என்னடா..
அப்பாவக் காணோம்னு
ஆர்வமாக் கேட்ட..
இப்போ
லேட்டாவே வரட்டும்னு சொல்ற..??

ம்ம்.. வந்தன்னியும்
அத எழுதிட்டியா
இத எழுதிட்டியான்னு
கேப்பார்ல...
லேட்டா வந்தா..
அதுக்குள்ள
நா தூங்கிருவேன்ல..!!

ஏண்டா டேய்..!

30.03.2021

அண்ணன எங்க பாப்பா..

அந்தா
வெளாண்டுகிருக்கான்லப்பா..!

அவன் கேட்டான்..

அப்பாட்ட
இப்ப என்னா சொன்ன..??

டார்வின்
வெளாண்டுகிருக்கான்பா..

என்னாது..?

அண்ணன்
வெளாண்டுகிருக்கான்பா..!

மறுவடியும் சொல்லு..

அண்ணன்
வெளாண்டுகிருக்குப்பா..!!

இன்னொருவாட்டி
அவன் இவன்னு சொல்லு......
அப்பறம் இருக்கு ஒனக்கு..!!

31.03.2021

ரெண்டு ஜோடி
லவ் பேர்ட்ஸ்
வாங்கி வந்தோம்..

அவனும் உறங்கல..
அதுகளும் உறங்கல..
உறங்க விடல..!!

என்னாப்பா
ஒக்காந்துக்கே இருக்கு..
படுக்கவே மாட்டுது..!

ஏண்டா..
இப்புடி கிட்ட ஒக்காந்து
பாத்துக்கே இருந்தா
எப்புடித் தூங்கும்..??

தள்ளி நின்னாலும்
பாத்தாலும்
ஒக்காந்துக்கே தான்ப்பா
இருக்கு..

பறவைக
நம்மளமாரி
கால நீட்டிப் படுக்காது..
உக்காந்தவாக்லயே தான் தூங்கும்..

தூங்கி....
கீழ விழுந்துராதா..?

பறவைகள்லாம்
கிளைய நம்பி உக்கார்றதில்ல
சிறகை நம்பி உக்காருதுன்னு
சொல்லுவாங்க..!
எப்பவுமே விழுகாது
ஏன் தெரியுமா..??

விழுந்தாலும்
அப்டியே
டக்குன்னு பறந்துரும்..!!

01.04.2021

படிச்சுக்கிருந்தேன்..

சாப்பிட வாப்பா..
சாப்பிட வாப்பான்னு
பாப்பா கூப்பிட..

இந்தா வாரேன்
இந்தா வாரேன்னு
சொல்லிக்கிட்டே
தொடர்ந்து
படிச்சுக்கிருந்தேன்...

டக்குன்னு புத்தகத்தை
வாங்கிய பாப்பா..
அட்டையில்
படத்தைப் பாத்துட்டு
இவரு எதுக்கு
நம்ம வீட்டுக்கு வரலன்னு
கேட்டதும் எனக்குப் புரியல..

கொஞ்ச நேரங்கழிச்சு தான்
ஞாபகம் வந்துச்சு..

சில நாட்களுக்கு முன்னாடி
மோகனா எழுதிய புத்தகம்
படிச்சுக்கிருந்த போது
அதிலிருந்த படத்தைக் காட்டி
இந்தப் பாட்டி
நம்ம வீட்டுக்கு வந்திருக்காங்க..
ஞாபகம் இருக்கா பாப்பான்னு
கேட்டிருந்தேன்..!!

அதனால தான் பாப்பா
இன்று
சிங்கார வேலர் படத்தக் காட்டி
இவரு ஏன்
நம்ம வீட்டுக்கு வரலன்னு
கேட்டிருக்கு..!!

சிங்கார வேலர கூப்பிட
நான் எங்க போறது..!!?

02.04.2021

ப்பா..
இந்த விஜய் ஸ்டிக்கர
சுவத்துல ஒட்டவா..
பிரிட்ஜ்ல ஒட்டிக்கிறவா..?
இல்லாட்டி
இந்த கதவுல ஒட்டவா..??

வேணாம் வேணாம்..
அந்தப் பலகையில
ஒட்டிவிடு..

ஏண்டா டார்வின்
இப்படி செய்ற..
வாத்தியாரு டீச்சரு வீட்லயே
இப்புடி நடிகருக படத்த
ஒட்டி வைக்கலாமாடா...??

போ...ம்மா...
விஜய்யே வாத்தியாரு தான்..
அந்தப் படம் பாக்கலயா..?
இதுல கூட பாரு..
மாஸ்டர்-னு தான் எழுதிருக்கு..!

அவங்கெல்லாம்
நிஜமான ஹீரோவும் இல்ல
நிஜமான மாஸ்டரும் இல்ல...!

14.04.2021

சத்யப்பா வீட்ல
கோழி வளக்குறாங்க..
பக்கத்து வீட்ல
புறா வளக்குறாங்க..
எதுக்குப்பா யாருமே
கொக்கு, காக்காவ வளக்கமாட்றாங்க..

அதோட கறி
டேஸ்ட்டா இல்லன்னு
மனுசன் விட்டு வச்சிருப்பான் போல...

நம்ம லவ் பேர்ட்ஸ்
வளக்குறோம்..
அதோட கறிய
சாப்ட்டுக்கா இருக்கோம்..?
சொல்லுப்பா...

பொர்றா...
அப்பா கொஞ்ச நேரம்
யோசிச்சுக்கிர்றேன்..!!

சொல்லுப்பா...

கொக்கு ஆயி இருந்துச்சுனா
வீடே வீசிப்போகும்ல...
அதுக்குத் தான்...!!

அப்ப காக்கா...??

இன்னும் கொஞ்சநேரம் யோசிச்சுக்கிர்றேன்டா..!!

17.04.2021

இந்த
லவ் பேர்ட்ஸ்ல
எதோட மூக்கு
நீலமா இருக்கு..
எதோட மூக்கு
பிரவுன் கலரா இருக்குன்னு
பாருப்பா...??

நேத்து இதுபத்தி கேட்டதும்
நானும் யூடியூப்ல தேடுனேன்...
ஆண் பறவைக்கு
நீலமாவும்
பெண் பறவைக்கு
பிரவுன் கலர்லயும்
அலகு இருக்குமாம்..!
அத இவன்ட்ட சொல்லி
பில்டப் பண்ணலாம்னு
நெனச்சேன்....
அதுக்குள்ள
அவனே பாத்துட்டான்..!

இந்த மூணு பறவையோட
மூக்குமே
நீலமாத் தான் இருக்கு..
பச்சக்கலர் பறவைக்கு மட்டுந் தான்
பிரவுன் கலர்ல இருக்கு...

அப்ப அதுதான்ம்ப்பா ஃபீமேல்...
அது மட்டுந்தான்
முட்ட போடும்...
இது எப்பப்பா முட்ட போடும்...??

போடும்டா...

அதான் எப்ப..??

20.04.2021

என்னா பாப்பா செய்ற..

ம்ம்..
தட்டிக் குடுக்குறேன்..
தூங்கும்மா..

ஒனக்குத் தெரியுமா பாப்பா..
இந்த வயித்துல தான்
நீ இருந்த...

அப்ப...
அண்ணன் அப்பா வயித்துல
இருந்தானா...??

அண்ணனும்
இந்த வயித்துல தான்
இருந்தான்..

அப்ப.. கீர்த்தி..??

உங்க அத்த வயித்துல
இருந்துச்சு..

அப்ப... நம்ம அப்பா..??

அப்பத்தா வயித்துல
இருந்தாரு..

அப்ப... அப்பத்தா...??

பாட்டி வயித்துல இருந்தாங்க...

அப்ப... பாட்டி..??

பேசாம படு பாப்பா..
இந்நேரத்துல
சத்தம் கேட்டுச்சுன்னா
ஹலோ போலீஸ்காரய்ங்க வந்து
புடுச்சுக்குப் போயிருவாய்ங்க...!!

21.04.2021

இங்க பாருப்பா…
ம்ம்..

என்னயப் பாக்கணும்…

ம்ம்…

என்னயப் பாத்துக்கே இருக்கணும்..

சரி பாப்பா…

டொன்..டொடய்ய்ங்…
எப்புடி கழட்டுனேன் பாத்தியா…??

சூப்பர் பாப்பா…!

அண்ணே…
இங்க பாருண்ணே..
எப்புடி கழட்டுனேன் பாத்தியா…??

இங்க பாரு அப்பத்தா..
எப்புடி கழட்டிட்டேன் பாத்தியா..??

என்னயப் பாரு கீத்தி..
எப்புடி கழட்டிட்டேன் பாத்தியா…??

இங்க பாரும்மா…
எப்புடி கழட்டிட்டேன் பாத்தியா..??

அய்..
எப்புடி பாப்பா பழகுன..??

நாளைக்கு நாளைக்கு
அப்பா பனியன
இப்பிடித்தான கழட்டும்..?

போட்ருக்க பனியன
தல வழியா கழட்டி
பழகிட்டாங்களாம்…
இன்னைக்கு மட்டும்
நூறுதடவ கழட்டியாச்சு…
நூறுதடவ மாட்டியாச்சு..!!

இனி ஒரு கவலயுமில்ல பாப்பா..

22.04.2021

வணக்கம் தோழ...

நல்லாருக்கேன் தோழ...
நல்லாருக்கேன் தோழ...

வீட்ல எல்லாம்
நல்லாருக்காங்க தோழ..

சரிங்க தோழ..
சரிங்க தோழ..

நாம
போன்ல பேசுறதப் பாத்துட்டு
வெறுங் கைய
காதுல வச்சுக்கிட்டு
பாப்பா பேசுற போன் பேச்சு..!!

அப்புறம்
கடைசில கேக்கும்...
தோழ.. தோழ..ன்னா என்னாதுப்பா...??

அது தோழ.. இல்ல பாப்பா..
தோழர்...
சரிங்க தோழர்..
நன்றி தோழர்...

எங்க
இப்பச் சொல்லு பாக்கலாம்...
தோழர்..!

23.04.2021

புத்தகம் வேணுமா... புத்தகம்..!
புத்தகம் வேணுமா... புத்தகம்..!!

இந்தாங்க காசு
ரெண்டு புத்தகம் குடுங்க..

இந்தாங்க....
நல்ல புத்தகம்..
படிச்சு பாருங்க..!

சரி, பாக்கி குடுங்க..

பாக்கியெல்லாம் இல்ல..
காசு சரியாப் போச்சு..

பாக்கி குடுங்க..
இல்லாட்டி
உங்க கடைக்கே
இனிமே வரமாட்டேன்...!!

வராட்டிப் போங்க..
புத்தகத்துக்கும் குடுத்த காசுக்கும்
சரியாப் போச்சு..!!

நம்மூர்ல தெனமும்
கொழுக்கட்ட வேணுமா..
கொழுக்கட்டன்னு
வித்து வருவாங்க ஒரு அம்மா..
அதையும்
நம்ம போன் பேச்சையும் கலந்து
அண்ணனும் தங்கச்சியும்
கடை வெளயாட்டு
விளையாடுறாக..!!

24.04.2021

எதுக்கு பாப்பா
கடையெலாம் அடச்சிருக்கு..

இந்த போலீசு..
போலீசு தான்
அடைக்கச் சொல்லிட்டாங்க...

எதுக்கு
அடைக்கச் சொன்னாங்க..

இந்த கொரானா..
அதுக்குத் தான்..!

அதான் பாப்பா..
கொரானா வந்து
என்னா செய்யும்..?
எதுக்கு
அடைக்கச் சொன்னாங்க..?

கொரானா வந்து
கடையில இருக்க
மிட்டாய் பிஸ்கோத்லாம்
எடுத்துக்கு
ஓடிப் போயிரும்ல...
அதுக்குத் தான்..!!

26.04.2021

பெரியவங்க
பேசிக்கிருக்காங்க...

அந்த கெழவி செத்ததுக்கு
ஒரு பயமக்க அழுதென்னா..
அப்பிடியே கல்லுமாரி
உக்காந்திருந்தாளுக..
பாத்தியா மதினி..??

கிட்ட இருந்த
பாப்பா சொல்லுது..

அப்பத்தா..
நீய்..லாம் செத்துப் போயிட்டா
நானு ஓம் பக்கத்துலயே
ஒக்காந்து அழுவேன்..

எப்பிடி அழுவ...

என் செல்ல அப்பத்தா
செத்துப் போயிருச்சே...
ம்ம்.. ம்ம்...
என் தங்க அப்பத்தா
செத்துப் போயிருச்சே...
ம்ம்.. ம்ம்...
என் வைர அப்பத்தா
செத்துப் போயிருச்சே...
ம்ம்.. ம்ம்...னு
சொல்லிச் சொல்லி அழுவேன்..!!

என் பேத்தி
இப்பிடிச் சொல்லிட்டா..
என் பேத்தி
அப்பிடிச் சொல்லிட்டா..
நான் செத்தா
ஒப்புச் சொல்லி அழுவாளாம்
என் பேத்தி..!!

அப்பத்தாவுக்கு
இதான் இப்ப வேல..!!

28.04.2021

இங்க பாருப்பா...

கதவுக் கைபிடி எட்டிருச்சாம்..!!

இங்க பாருப்பா...

பிரிட்ஜ் கைபிடி எட்டிருச்சாம்...!!

இங்க பாருப்பா...

சுவிட்ச் எட்டிருச்சாம்..!!

இங்க பாருப்பா...

வாஷ் பேசின் எட்டிருச்சாம்..!!

இங்க பாருப்பா...

சிங்க் பைப் எட்டிருச்சாம்..!!

இங்க பாருப்பா..

சன்னல தொட்ருச்சாம்...!!

இங்க பாருப்பா...

படில ரெண்டு பக்கமும்
இருக்குற
கம்பியத் தொட்ருச்சாம்...!!

ஆத்தாடி.....
பாப்பா எம்புட்டு பெருசா
வளந்துருச்சு..!

30.04.2021

பக்கத்துல பக்கத்துல
படுத்திருந்த
அம்மாவும் மகளும்
பேசிக்கிட்டாங்க...
இல்ல
கொஞ்சிக்கிட்டாங்க...

என் செல்ல அம்மா...
தங்க அம்மா...
குட்டி அம்மான்னு சொல்லி
கன்னத்துல
ஒரு கிள்ளு கிள்ளி
பாப்பா ஒரு முத்தம் கொடுக்க...

அதேமாரி அம்மாவும்
என் செல்ல பாப்பா..
தங்க பாப்பா..
குட்டி பாப்பான்னு சொல்லி
முத்தம் கொடுக்க...

பக்கத்துல படுத்திருந்த
டார்வினுக்கு
உள்ளம் கொதிச்சு
காதுலயும் மூக்குலயும்
பொக பொகயா வந்துருச்சு....

போங்கடா...
நான்லாம் யாருகூடயும்
சேரவே மாட்டேன்..
யாருகூடயும் பேசவே மாட்டேன்..
தனியாவே படுத்துக்கிர்றேன்னு
தள்ளிப் போயிட்டான்...!!

வாடா...
நீயும் செல்ல மகன் தான்..
தங்க மகன் தான்...
புத்திசாலி மகன் தான்...

நீ ஒண்ணுங்...
கொஞ்சவே வேணாம்
போ...!

01.05.2021

மணி ஒம்போது ஆயிருச்சு..
எந்திரிப்பா டார்வின்..

ம்ம்..

எந்திரிடா டேய்...

ம்ம்...
எந்திரிக்கிறேன்ம்ப்பா..

சீக்கிரம் எந்திரி...
இன்னைக்கு தான்
ஸ்டாலின் முதலமைச்சர்
ஆகுறாரு..
டிவில காட்டுறாங்க பாரு..

முதலமைச்சருன்னா...??

இனிமே அவரு தான்
தமிழ்நாட்டுக்கு முதலமைச்சரு..

தமிழ்நாடுன்னா.?

இன்னும் கொஞ்ச நேரம்
அப்படியே தூங்கு...
அப்பா போயி
குளிச்சிட்டு வந்துர்றேன்..!

07.05.2021

அப்பா...
இந்தப் படத்துல
இருக்கிற எல்லாத்தையுமே
நானு சொல்லிருவேம்ப்பா..
இப்பச் சொல்லவா..??

ம்ம்.. சொல்லு பாப்பா..

இது கொட.. இது டி.வி...
இது தாத்தா..

ம்ம்..

இது சின்ன எலி.. இது மயிலு..
இது அக்கா...

ம்ம்...

போப்பா..
பாத்துக்கே இருக்கணும்...!

சரி சொல்லு பாப்பா..

இது கொட.. இது டி.வி...
இது தாத்தா.. இது சின்ன எலி..
இது மயிலு.. இது அக்கா...

ம்ம்...

நீ பாக்கவே இல்ல...
நா மொத இருந்து சொல்றேன்..!

இனிமே அப்பா
கரெக்டா பாக்குறேன் ..

இது கொட.. இது டி.வி...
இது அக்கா... இது அழுக்குக் கூட..

அது குருவிக் கூடு பாப்பா..

சரி.. நான்..
மொதல்ல இருந்து சொல்றேன்..!

இது கொட.. இது டி.வி...!!!!

12.05.2021

என்னா சேட்ட பண்றியா..
இப்ப பாரு ஒன்னய
அடி வெளுக்கப் போறேன் பாரு...

என்னா பாப்பா..
அப்பாவ போயி
அடிக்கப் போறேன்னு சொல்ற...

ஒன்னய இல்லப்பா..
இந்த படத்துல
இருக்கிற அப்பாவத் தான்
அடிக்க போறேன்..!

படத்துல இருந்தாலும்
அப்பா பாவம்ல...

இல்லப்பா..
இந்த படத்துல
அப்பா போட்ருக்க
சட்டயத்தான் அடிக்க போறேன்...

சட்டய அடிச்சாலும்
அப்பாவுக்கு வலிக்கும்ல..

சட்டய இல்லப்பா...
சட்டயில இருக்க
பேனாவத் தான் அடிக்க போறேன்...!!

அப்ப போ....
ஓங்கூட ட்டுனா....

இல்லப்பா...
இந்த மதில தான்
அடிப்பேன்..!!

14.05.2021

என்னா பாப்பா..
பேஸ்ட்டல்லாம்
இப்புடி ஓட்ட வச்சுருக்க..

ஒன்னால தாண்டா
ஒட்டிக்கிருச்சு போடா..

ஒழுங்கா வைக்கிறியா
அப்பாட்ட
சொல்லி விடவா..??

நான்லாம் பயக்க மாட்டேன்..!

அப்பாவுக்கே
பயக்க மாட்டயா..??

யார்க்குமே
பயக்க மாட்டேன்..!!

இங்க பாருப்பா..
பாப்பா என்னா சொல்லுதுன்னு..!
எப்புடி...
சொல்லிவிட்டேன்ல..
சொல்லிவிட்டேன்ல..!!

சொல்லிக்க..
சொல்லிக்க..!

15.05.2021

சீக்கிரம் வந்து
பல்லுத் தேயி பாப்பா...

சரிப்பா...!

செல்லு பாத்தது போதும்
வச்சுரு பாப்பா...

சரிப்பா...!

சிந்தாம சாப்பிடணும்
பாப்பா...

சரிம்மா...!

வித்தியாசமா தெரியுது..
சில நாட்களாக
நாம எது சொன்னாலும்
பாப்பா மறுக்குறதில்ல...

சரி....ப்பா...
சரி....ம்மா...
சரி....ண்ணே...

சொல்ற தொணியே
புதுசா இருக்கு...
ஆனாலும்
நாம சொன்னவுடனே
வைக்கிறதில்ல...

கொஞ்ச நேரம் கழிச்சு
வைப்பாங்க..
ஏன்னா..
அப்போ அது
அவங்க முடிவாகிடுது..!

மறுத்தும் பழகு
மகளே..!!

20.05.2021

கொஞ்ச நாள்
கிளி வேணும் கிளி வேணும்னு
திரிஞ்சான்…

கொஞ்ச நாள்
பூனை வளக்கணும்னு
சொல்லிக்கிட்டே இருந்தான்…

அடுத்து
நாய்க்குட்டி கேட்டு
நைட்டும் பகலும் அழுதான்…

இப்போ குதுரைக்கு
வந்திருக்கான்…

குதுரையெல்லாம்
எங்கப்பா வளப்பாங்க…
எங்க விப்பாங்க…
எவ்வளவு குடுத்தா
குதுர தருவாங்க…

குதுர எப்படிப்பா படுக்கும்…?
குதுர என்னா சாப்பிடும்..?

கொள்ளு சாப்பிடும்..

கொள்ளுன்னா
வைக்கொல்லா..

இது கொள்ளு…
அது வைக்கோலு..

மாட்டுக்கு எப்பிடிப்பா
கயிறு குத்துவாங்க..

மூக்கு வழியா தான்..
அதுக்கு பேரு
மூக்கணாங் கயிறு…

அதே மாரி தான்
குதிரைக்கும் குத்துவாங்களா..

குதிரைக்கு
கடிவாளம் போடுவாங்க..

குதுரையில ஏறிருக்கியாப்பா..

ம்ம்…

குதுரையில
போயிக்கே இருக்கப்ப
எப்பிடி நிறுத்துவ…?

குதிரையோட
முன்னங்கால் பக்கத்துல
நம்ம கால வச்சு
லேசா தட்டணும்..

கயித்தப் புடிச்சு இழுக்கணும்ப்பா…
அப்ப நீ குதுர ஓட்டல..!
டேய் நம்புடா…

பொய்யி.. பொய்யி..

பத்து வருசத்துக்கு
முந்தி கொடைக்கானல்ல
எடுத்த போட்டோவக்
காட்டுனேன்..

அடுத்துக் கேட்டான்..
என்னைய எதுக்குப்பா
கூட்டிட்டுப் போகல..?

அப்ப நீ
பொறக்கவே இல்லடா..

சரி, அம்மாவ ஏன்
கூட்டிட்டுப் போகல…?

அதுக்குள்ள
பால்காரர் வந்துட்டாரு…
டார்வின் தான்
பால் வாங்கப் போயிருக்கான்…

வந்து என்ன
கேக்கப் போறானோ தெரியல…!!

பேசாம கொஞ்ச நேரம்
தூங்கிர வேண்டியது தான்..!

21.05.2021

நான் அப்பவே சொல்லல..
திரும்ப வந்து
என்ன கேள்வி
கேக்கப் போறானோ தெரியலன்னு..

கேட்டே விட்டான்..

ஏம்ப்பா...
நீ ஏறி உக்காந்திருந்த குதுர
ஆம்பள குதுரயா..
பொம்பள குதுரயாப்பா...

ஆம்பள குதுர தாண்டா..

அது
ஆம்பள குதுரயா..
பொம்பள குதுரயான்னு
எப்படிப்பா
கண்டுபிடிப்பாங்க...!?

ம்ம்...
மொதல்ல சாப்ட்டு முடி..
அப்புறம் சொல்றேன்..!

22.05.2021

நாம படுக்கும் போது
கையி கால
அப்பிடி இப்பிடி
நீட்டுவோம் மடக்குவோம்..

கைகள தலைக்கு மேல..
இல்லன்னா
தலைக்கு அடில வச்சுக்குவோம்...

ஒரு சாய்ச்சுப் படுத்தா
ஒரு கைய
கழுத்துக்கு அண்டக் குடுத்து
இன்னொரு கைய
வசதிக்கேற்ப வச்சுக்குவோம்...!

இதல்லாம்
பெரியவங்களால மட்டும் தான்
செய்ய முடியும்னு
பாப்பா நெனச்சுருக்கு...

அதனால
என்னாச்சுன்னா..

இங்க பாருப்பா....
உன்னய மாரியே
கால நீட்டிட்டனா...
உன்னைய மாரியே
கால மடக்கிட்டனா...

இப்ப பாரு...
கைய இப்பிடி
வச்சுட்டனா..
மடக்கிட்டனா...

இப்ப பாரு..
இப்பிடி படுத்துட்டேனா..
எனக்கு எல்லாமே
செய்யத் தெரியும்ப்பா...!

நெதமும் ராத்திரி
இந்த வேல தான்...!

நானும் விடாம
சொல்லிக்கே இருக்கேன்..
அய்... சூப்பரு..!!

23.05.2021

அண்ணனும் தங்கச்சியும்
எதையோ கொட்டி
எங்களுக்கு தெரியாமவே
தொடச்சும் வச்சுருந்தாங்க..

கிச்சன்ல இருந்து
வெளிய வந்ததும்
பெரிய மேடம் பாத்துட்டாங்க..

என்னாடா
செஞ்சு வச்சிருக்கீங்க..?
எதுக்குடா ஈரமா இருக்கு...?

என் பங்குக்கு
நானும் கேட்டேன்..

சும்மா சொல்றா..
என்னடா செஞ்சீங்க..??

கொஞ்சம் தள்ளிப் போயி
நின்னுக்கிட்டான்...

சும்மா சொல்றா..

ரெண்டு பேரும்
உள்ள போங்க
அப்ப தான் சொல்வேன்..

எதுக்குடா..

சொன்னா அடிப்பிங்க..
அதுக்கு தான்
உள்ள போகச் சொல்றேன்..

போதுமான இடைவெளியில்
நின்னுகிட்டு அப்புறம் சொல்றான்..

ஆம்லெட் போட
ரெண்டு முட்ட
வாங்கி வந்தேன்..
கீழ விழுந்து
உடைஞ்சு போச்சு..!!

24.05.2021

நம்ம வீட்ல இருந்த
லவ் பேர்ட்ஸ்ல ஒண்ணு
வெளில பறந்து போயிருச்சு..

பால்கனியில நின்னு
போன திசையில் பாத்துக்கிட்டே..
திரும்ப வந்துருமா...?
பெரிய பறவைக
புடிச்சு தின்னுருமா..?
ஸ்பீடா பறந்து தப்பிச்சுருமா..?
நம்ம
வீட்ட கண்டுபிடிச்சுருமா..?

ரொம்ப
பரபரப்பா இருந்தான்..

அப்பிடி செஞ்சா வந்துருமா..
இப்பிடி செஞ்சா வந்துருமான்னு
என்னென்னமோ
கேட்டுக்கிட்டே இருந்தான்..

முழுசா கவனிக்காம
பேருக்கு தலையாட்டிக்கிட்டே
நடிகர் விவேக் பேசிய
பழைய வீடியோ ஒன்ன
பாத்துக்கிருந்தேன் நான்..!

கடுப்பாயிட்டான்..
விவேக் செத்து
எம்புட்டு நாளாச்சு..
அது கூட தெரியாம
இப்ப உக்காந்து பாத்துக்கிருக்க..!!

சொல்லிக்கிட்டே
ஓடிட்டான்..

விளையாடிக்கே திரிஞ்சாலும்
வெவரமா தான் இருக்காய்ங்க..!!!

25.05.2021

பட்டம் விடணும்
வாப்பா...
இப்ப நல்லா காத்தடிக்குது
வாப்பா...

கூப்பிட்டுக்கிட்டே இருந்தான்..

இந்தா வாரேன்...
இந்தா வாரேன்னு
சொல்லிக்கிட்டே
படிச்சுக்கிருந்தேன்..

டென்ஷன் ஆயிட்டான்..

எம்மா..
அப்பாவ வரச் சொல்லுமா..
இல்லாட்டி
அடியப் போட்ருவேன்..!

அப்பிடியெல்லாம்
சொல்லக் கூடாதுப்பா டார்வின்..
ஓங்கொப்பன பத்தி
தெரியாம பேசாத..
கோவம் வந்துச்சுன்னா
அடி நொறுக்கி விட்ருவாரு..!

நான் அடிச்சா
திருப்பி அடிக்க மாட்டாரும்மா..

எதுக்குடா..
அம்புட்டு பாசமா..??

அப்பா நல்லா தூங்கி
கொர்.. கொர்ன்னு
கொறட்டை விடுறப்ப
அடிப்பேன் நானு..!
நல்லா நொறுக்கி விட்ருவேன்..!!

27.05.2021

டூஜக்..

டூஜக்...

ஒண்ணுமில்ல...
பாப்பாவுக்கு
கவுனு போட்டு விட்டேன்..

கரெக்டா வழிய கண்டுபிடிச்சு
கைய நுழைச்சு
வெளிய எடுத்துட்டா
ஒரு டூஜக்..!

வலது கைக்கு
ஒரு டூஜக்...!
இடது கைக்கு
இன்னொரு டூஜக்..!!

ரெண்டும்
ரெண்டு இசைத் துணுக்குகள்..!

எங்க
சொல்லுங்க பாக்கலாம்..

டூஜக்..!

டூஜக்...!!

ம்ம்... சூப்பர்..

28.05.2021

ரெண்டு மலப்பாம்பு
வந்துச்சுப்பா..

எப்ப பாப்பா..?

அன்னைக்கு மாடியில
நாங்க
வெளாடிக்கிருந்தமா..

மாடியயா...?

ஆமாம்ப்பா...
நானும்..
அண்ணனும்...
அக்காவும்...
கீர்த்தியும்...
மாடியில இருந்தமா...
டமால்னு சத்தம் கேட்டுச்சு..!

இப்பிடி திரும்பிப் பாத்தோமா..
ரெண்டு மலப்பாம்பு
வந்துச்சுப்பா..

எங்க இருந்து வந்துச்சு..??

மானத்துல இருந்து
பறந்து வந்துச்சுப்பா..

அப்டியே...
படிவழியா ஓடி ஓடி வந்து
வீட்டுக்குள்ள
ஒளிஞ்சுக்கிட்டோம்ப்பா..!!

30.05.2021

எப்பா.. எப்பா..
என மூச்சிரைக்க
ஓடி வந்த பாப்பா சொன்னது...

கீர்த்திய அவங்க வீட்ல
விட்டுட்டு வர்றப்ப
நெறயா நட்சத்திரத்த
கூடவே கூப்ட்டுக்கு
வந்துட்டென்ம்ப்போ..!!

வழுக்கமா..
நெலா தான்
கூடவே வருதுன்னு
மேல பாத்துக்கிட்டே
நடந்து வருவோம்..

எங்க புகழ்மதி
கெட்டிக்கார புள்ள..
அதான்
நட்சத்திரத்தையே
கூட்டி வந்திருக்காங்க...!!

31.05.2021

அப்பா..
அண்ணன் பேர
மாத்திட்டோம்ப்பா..

எதுக்கு பாப்பா..?

டார்வின் பேரு
நல்லாவே இல்லப்பா..

சரி இப்ப
என்னா பேரு வச்சிருக்கீங்க..?

டியான்..!

நல்லாருக்கு நல்லாருக்கு..

அண்ணன வரையவாப்பா..?

வரையத் தெரியுமா..?

ம்ம்... இப்ப பாரு..

பேனாவ வச்சு
கையில
ஒவ்வொரு விரலுக்கும்
ஒரொரு முட்ட போட்டாங்க..

இதென்ன பாப்பா
இத்தன முட்ட..?

இதாம்ப்பா
அண்ணன் டியான்..
இது நான் டியான்..
இது அம்மா டியான்..
இது அப்பா டியான்..
இது அப்பத்தா டியான்..

தாத்தா டியானுக்கு
வெரலு பத்தல..
திகைச்சுப் போனாங்க..!
இந்தக் கை இருக்குல்ல..
உடனே குஷி ஆயிட்டாங்க..!

அதென்ன.. டியான்.. டியான்..?
இப்ப நீங்க முழிக்கிறீங்க..!

\-

31.05.2021

நான் தான் டாக்டர்
வந்திருக்கேன்..
இந்த வீட்ல யாருக்காச்சும்
காய்ச்ச வந்துருக்கா..?

கைய காட்டுங்க..
இந்தாங்க சேனிட்டைசர்..
ரெண்டு கையும்
நல்லாத் தேயுங்க..
பின்னாடி தேயுங்க..

வாய ஆக்காட்டுங்க..
உங்க போன குடுங்க..
இருட்டா இருக்கு
லைட் அடிக்கணும்..

ஆ… சொல்லுங்க..
என்னா
சூத்தப் பல்லா இருக்கு..
ஒழுங்கா பல் தேய்ங்க..

கையக் காட்டுங்க
ஊசி போடணும்..

வலிக்குதா…?

இல்ல டாக்டர்..

சரி, பேசாம படுங்க..!!

அடுத்து அம்மாவுக்கு..

நான் தான்
டாக்டர் வந்திருக்கேன்..
வீட்ல யாருக்காச்சும்
காய்ச்ச வந்துருக்கா..?

கைய காட்டுங்க மேடம்..!!

03.06.2021

பாப்பாவுக்கு
அம்மாவ பிடிக்குமா..
அப்பாவ பிடிக்குமா..

ம்ம்... அம்மா...

அப்பாவ...?

பிடிக்கும்..

அண்ணன...?

அம்மாவும்...
அப்பாவும்...
அண்ணனும் பிடிக்கும்..!!

அப்பத்தாவ..?

பிடிக்கும்..

அப்ப தாத்தாவ..??

அம்மாவும்...
அப்பாவும்...
அண்ணனும்..
அப்பத்தாவும்..
தாத்தாவும் பிடிக்கும்..!!

சரி, பாப்பாவுக்கு
அம்மாவ பிடிக்குமா..
அப்பாவ பிடிக்குமா..??

அப்பா..!!!

04.06.2021

டார்வின்..
உனக்குப் புடிச்ச
ரெண்டு பக்கத்த
படிச்சுக் காட்டிட்டு
அப்புறம் போயி வெளாடு...

இந்தா வாரேன்..
அந்தா வாரேன்ட்டு ஓடிட்டான்...

எப்புடி ஓடுறான் பாத்தியாப்பா..
வாப்பா.. நம்மலா படிப்போம்

சரி பாப்பா..

குட்டிப் புத்தகங்கள
எடுத்து வச்சு..
ஒரோரு பக்கமா காட்டி..
வார்த்தைகள் மேல
குத்துமதிப்பா விரல வச்சு
கேப்பாங்க..

சொல்லுப்பா..
இது என்னாது..
ம்ம்.. இது என்னாது...

இது த..
இது ம்..
இது பி..
மொத்தமா சொன்னா தம்பி..!

டார்வின் வந்துட்டான்..
நாங்க தொடர்ந்து படிச்சோம்..

அண்ணே...
நான்லாம் இதப் பூராம்
படிச்சுட்டேனே..ன்னு
பாப்பா சொல்ல...

அதுக்கு டார்வின் சொன்னான்..

பாப்பா..
படிக்குறதுன்னா
நம்ம படிக்கணும் பாப்பா..
நீ இன்னவரைக்கும்
அப்பாவத்தான் படிக்க வச்சுக்கிருக்க..!

10.06.2021

தம் தம் தம்பி போல
வீட்ல கொஞ்சம்
குழந்தைகளுக்கான
புத்தகங்கள் இருக்கு..

பாப்பாவும் கீர்த்தியும்
அடிக்கடி எடுப்பார்கள்..
படம் பார்ப்பார்கள்..

வீடு முழுக்க
பரசி வைப்பார்கள்...
அப்புறம் எடுத்து வைப்பார்கள்..

இப்போ
ஒரே அளவுள்ள புத்தகங்களை
மட்டும் எடுத்துப் போட..
படம் பாக்க..
அடுக்கி வைப்பதுன்னு
போய்க்கிட்டிருக்கு...!

ரெண்டு பேரும் சேர்ந்து
புக்கு வெளாட்டு
வெளாடுவமான்னு தான்
தொடங்குறாங்க...
ஆனா நெறய படிக்கிறாங்க..!!

13.06.2021

பாப்பா
ஏதோ சொன்னதுக்கு
சரி சரி பாப்போம்னு
சொல்லிருக்கான் டார்வின்..

உடனே
புகார் வந்துருச்சு..!

பாருப்பா..
டார்வின் பாப்போம்னு
சொல்றான்..
பெரியவங்க தான
அப்படி சொல்லணும்..
இவன் என்ன
பெரியவங்களா..?

ஆமா..
நான் பெரியவன் தான்!

பாருப்பா..
பதிலுக்கு பதிலுக்கு
பேசிக்கே இருக்கான்..!!

14.06.2021

இன்னைக்கு
நானா படிக்கவாப்பா..

சரி பாப்பா..

வேகமா புத்தகத்த
எடுத்தாங்க..
ஒவ்வொரு பக்கமா
திருப்பி...

இது தம் தம் தம்பி..
இது தம் தம் தம்பி..
இது தம் தம் தம்பி..
முடிச்சாச்சுப்பா...!

இது நிலா..
இது நிலா..
இது நிலா..
முடிச்சாச்சுப்பா..!

வார்த்தைகளை
விட்டுட்டு
படங்கள மட்டும்
காட்டிக் காட்டி
படிச்சு முடிச்சிட்டாங்க..!

பாடம் படிக்குறது
நமக்குப் பிடிக்குது..
படம் படிக்குறது
பாப்பாவுக்கு பிடிச்சிருக்கு...!!

15.06.2021

ஒரு படக்கத புத்தகத்த
எடுத்து
பாப்பாகிட்ட கொடுத்தேன்..

மொத பக்கத்த
புரட்டுனாங்க..
ஒரு படம் போட்ருந்துச்சு..

கத சொல்ல
ஆரம்பிச்சுட்டாங்க..

ஒரு காக்கா
ஒரு குருவிகிட்ட
எனக்கு பசிக்குது
சாப்பாடு வேணும்ன்னு
கேட்டுச்சு...

குருவி போயி
சமைச்சுக் கொண்டு வந்து
சாப்பாடு போட்டுச்சு..
அப்பறம்
தண்ணி மோந்து வச்சுச்சு..!

காக்கா
சாப்பிட்டு முடிச்சிட்டு
தட்ட கொண்டு போயி
பாத்திரம் கழுவுற
சிங்க்ல போட்ருச்சு..!

அதுக்கப்பறம்
ரெண்டு பேரும்
மரத்து மேல
வெளாட போயிட்டாங்க..!!

புத்தகம் முழுக்கவே
ஒரே ஒரு கத தான் இருக்கு..
ஆனா நம்ம புகழ்மதி
மொத பக்கத்துக்கு மட்டுமே
ஒரு முழுக் கதய
சொல்லி முடிச்சிட்டாங்க..!!

அப்ப இன்னும்
பத்து இருவது கத
இருக்கும் போல தெரியுது..!

16.06.2021

மணி பத்தாச்சு..
ஊரே படுத்திருச்சு..!

இன்னும் வீட்டுக்கு வரல..
அப்படி என்ன வெளாட்டு
அவனுக்கு..??

சின்னதா ஒரு குச்சிய
எடுத்துக்கிட்டு
வேகமாப் போனேன்..

தெளிவா மூஞ்சி
தெரியாத இருட்டு..
ரெண்டு பேரு உக்காந்து
ஏதோ
வெளாண்டுக்கிருக்கான்..

போனதும் போட்டேன்
ஒரு போடு..

பிளாஸ்டிக் குச்சி தான்..
ஆனாலும்
பாவம் அவனுக்கு
வலிச்சுருக்கும்ல..

குண்டியத் தடவிக்கிட்டே
வேகமா ஓடுனான்..
முன் அனுபவம் இல்லாதவன்..
ஓடிக்கிட்டே சொல்றான்
வலிக்குதுப்பா..!

கொஞ்சம் கூட
வெக்கமில்லாம
நான் திரும்பச் சொன்னேன்...
அதுக்குத் தாண்டா அடிக்குறதே..!!?

18.06.2021

என்னடா முழிக்கிற..

ஒண்ணும் இல்லம்மா..

பாத்தாவே தெரியுது
ஒழுங்கா சொல்றா..

ஒண்ணும் இல்லம்மா..

முழியே சரியில்லையே..

நம்பும்மா..

நான் சொன்னேன்..
டேய்..
அம்மா
டீச்சருக்கெல்லாம் டீச்சருடா..
முகத்த பாத்தே
கணடுபுடிச்சிருவா..

அதுக்கு டார்வின்
சொல்றான்..

போப்பா..
அம்மா
டீச்சருக்கெல்லாம் டீச்சருன்னா
நான்
பொய் சொல்லிக்கெல்லாம்
பொய் சொல்லி..
ஆமா..!!

25.06.2021

ம்மா...
ஒனக்கு பாலா தெரியுமா..
ம்ம்.. தெரியாது..
வேதிகா தெரியுமா..
தெரியாது..
தாரிகா தெரியுமா....
தெரியாது..
தேஜா தெரியுமா..
தெரியாது..
தன்யா தெரியுமா..
தெரியாது..
சாயினா தெரியுமா..
தெரியாது..

சாதனா தெரியுமா..
தெரியாது பாப்பா..

உன்னோட
பிரண்டுக பேர்லாம்
எனக்கு எப்புடித் தெரியும்..

ஏங்கூட வேல பார்க்குற
என்னோட பிரண்டுக பேரு
உனக்குத் தெரியுமா..?
சுமித்ரா தெரியுமா..
சாரதா தெரியுமா..
சத்யா தெரியுமா..
சொல்லு பாப்பா...

ம்ம்.. சத்யா தெரியும்..
சத்யா எப்பிடி தெரியும்..?
வீட்டுக்லாம் வந்ததே இல்லையே..

தெனந் தெனம் நைட்டு
டிவில வருவாங்கல்ல மா..
அதுவா..
அது சத்யா நாடகம் பாப்பா..
அம்மா கேக்குறது வேற சத்யா..!!
இருந்தாலும்

எங்க பாப்பா அறிவுக்காரி..
செல்லக்குட்டி செல்லக்குட்டி!!
எங்க செல்ல அம்மா..
செல்ல அம்மா..!

26.06.2021

புத்தகம் படிச்சுக்கிருந்தேன்..
பக்கத்துல வந்த
பாப்பா கேட்டாங்க..
என்னா புக்கு'பா
படிக்கிற..?
என்னா புக்குன்னு
சொல்றது..??
சொன்னாப்புல
ஒனக்கு புரிஞ்சுடுமா..?
உள்ளூர எண்ணம் ஓடுது..

சொல்லுப்பா..
என்னா புக்கு'பா படிக்கிற..?
பேசாம போயி
வெளாடு பாப்பா..
அப்பாவ தொந்தரவு பண்ணாத..!

படக்குன்னு புத்தகத்த
புடுங்கி பாத்தாங்க..
அட்டைய பாத்துட்டு
ஆடு புக்கா...
சரி படிப்பான்னு
குடுத்துட்டு போயிட்டாங்க..!

அட்டையில மான் படம்
இருந்துச்சு..
புத்தகத்துக்கு
ஒரு பேரும் இருக்கு..

என்ன படமும்
இருந்துட்டு போகுது..
என்ன பேரும்
வச்சுட்டு போறாங்க..
அவங்களா ஒரு பேர் வச்சு
அழைக்கிறாங்க..
சொல்லட்டுமே..!?
ஆடு புக்கு..!

அப்படியே இருக்கட்டும்..
என்ன நஷ்டம்..!!

01.07.2021

நேத்து ராத்திரி
எல்லாரும் சுத்தி உக்காந்து
சாப்பிட்டோம்..

வழக்கமா சேந்து சாப்பிட்டாலும்
வட்டமா உக்காந்து சாப்பிட்டது
பாப்பாவுக்கு ஒரே குஷி..

அப்பா இங்க..
அண்ணன் இங்க..
அம்மா இங்க..
நானு இங்க..

வட்டமா உக்காந்துருக்கோம்னு
சொல்லத் தெரியல..
சாப்பிட்டு முடிக்கிற வரைக்கும்
அதே பேச்சுதான்..

அப்பா இங்க..
அண்ணன் இங்க..
அம்மா இங்க..
நானு இங்க..!!

02.07.2021

வாப்பா
சாப்டுற வெளாட்டு
வெளாடுவோம்..
வாம்மா..
வாண்ணே..

யாருமே போகல..
ஆளுக்கொரு வேலைல
இருந்தோம்..!

ஆனாலும் விளையாட்டு
தொடர்ந்துச்சு..
வட்டமா தட்டுகள வச்சாங்க..
தட்டுல சின்ன சின்ன பொருளுக..
அதெல்லாம் சாப்பிடுற அய்ட்டம்..!

ஒரு தட்டுக்கு பக்கத்துல
பெரிய கரடி பொம்ம..
ஒரு தட்டுக்கு பக்கத்துல
நாய் பொம்ம..
அடுத்து யானை பொம்மை..
அடுத்து அக்கா பொம்மை..
அப்புறம் ஒரு
சின்ன கரடி பொம்ம..

இந்தா சோறு..
இந்தா காயி..
இந்தா ரசம்..
இந்தா அப்பளம்..!

வச்சுக்கிருக்கும் போதே
அக்கா பொம்மை
சாய்ஞ்சிருச்சு..
ஏண்டி..
ஒழுங்கா ஒக்காந்து
சாப்பிட மாட்டியான்னு
அந்த பொம்மைக்கு
வசவு வேற..!!

வந்தா வாங்க..
வராட்டிப் போங்க..
எங்களுக்கென்ன
ஆளா இல்ல
வெளாடுறதுக்கு..!!

03.07.21

படம் வரய
பென்சில் தேடிக்கிருந்த
பாப்பாவுக்கு
அத கண்டுபிடிக்க முடியல..

பென்சில்
எங்க இருக்கு அப்பான்னு
கேக்குறதுக்கு பதிலா
எங்க இருக்கு அப்பத்தான்னு
கேட்டுப்புட்டாங்க...!

எப்பா..
உன்னைய நானு
அப்பான்னு சொல்லாம
அப்பத்தாண்டு
சொல்லிக்கிருக்கென் பா..!!

அண்ணே..
அந்த பென்சில்
எங்க இருக்குண்ணே..??

அய்யய்யோ..
எப்பா..
உன்னைய நானு
அப்பான்னு சொல்லாம
அண்ணேண்டு
சொல்லிக்கிருக்கென் பா..!!

அந்த பென்சில்
எங்க இருக்கு தாத்தா..??
அய்யய்யோ..
எப்பா..
உன்னைய நானு
அப்பான்னு சொல்லாம
தாத்தாண்டு
சொல்லிப்புட்டென் பா..!!

தவறுதலா சொன்னது
மொத தடவ மட்டுந்தான்..
அடுத்தடுத்து
சொன்னதெல்லாம் நக்கல்ஸ்...!!

04.07.2021

கையிக்குள்ளயும்
காலுக்குள்ளயுமா ஓடி
விளையாடிக்கிட்டு இருந்தாங்க..

ஒரு புத்தகத்த எடுத்துக்கிட்டு
கீழ உக்காரப் போனேன்..
வேகமா நான் திரும்ப..
பாப்பா ஓடி வர..
என் நுனிவிரல் பாப்பாவின்
உதட்டில் சடார்னு பட்ருச்சு..

ஒரே அழுகை..
சரிசரிசரி அழுகாத...
சரிசரிசரி அழுகாத அழுகாத..
சமாதான முயற்சிகள்..!!

இன்னும் அழுது முடிக்கல
இரண்டு கைகளையும் நீட்டி
தூக்கச் சொன்னாங்க..
தூக்கி மடியில்

வைத்துக் கொண்டு
தட்டிக் கொடுத்தென்..
அப்டியே தூங்கியாச்சு..
தூங்கும் போதும்
சும்மா தூங்கல..

எட்டும் வரைக்கும்
என்னை அணைத்தபடி இருந்தன..
ரெண்டு கைகளும்..!

குழந்தைகள்
தரும் தண்டனைகள்
வித்தியாசமானது தான்.
உடனடி மன்னிப்பு..!
இலவச இணைப்பாக
இறுக்கமான அணைப்பு..!!

தூங்கிய பிறகும்
ரொம்ப நேரம்
தட்டிக்கிட்டே தான் இருந்தேன்..!!

10.07.2021

இந்த பொம்மய
இப்படி நில்ல வைப்பா..

இப்பிடி வச்சா
இது நில்லுமாப்பா..

இது
நில்லவே மாட்டுதுப்பா..

ரொம்ப நாளா
இப்பிடியே தான்
போய்க்கிட்டிருக்கு...

இன்னும்
சரியான வார்த்த
சிக்கவே இல்ல..!!

பாக்கலாம்..
சிக்காம எங்க போகும்..!!

12.07.2021

பாருப்பா..
என்னைய பாருப்பா..
பாத்துக்கே இருப்பா...

இப்ப பாருவே..
நான் அப்பா மாரி ஆயிருவென்..

இப்ப பாருவே..
நான் அம்மா மாரி ஆயிருவென்..

ரெண்டு தோள்லயும்
துண்ட போட்டு நடந்தா
அப்பா..!

அதே துண்ட
ஒரு முனைய தோள்ல போட்டு
மறுமுனைய
இடுப்புல சொருகிக்கிட்டா
அம்மா..!!

பாத்துக்கே இருக்க..
சிரி..ப்பா...!
நீ சிரிக்கவே மாட்ற..!

ஹா.. ஹா.. ஹா..

போப்பா..
நல்லாவே சிரிக்கல..!!

13.07.2021

பிறந்த நாள்ன்னு
சொன்ன உடனே
தயாரிப்புல இறங்கிட்டான்..
எப்பா..
என்னோட பிறந்த நாளுக்கு
யாரார கூப்பிட போறேன்
தெரியுமா...
ம்ம்.. சொல்லு..
சொல்றேன்..
ஒரு சர்ப்ரைஸ் இருக்கு..!
பத்து நிமிசத்துல வந்தான்..
பேப்பர் முழுக்க
படம் வரைஞ்சிருந்தான்..

ஒரு டேபிள்..
டேபிள் மேல கேக்கு..
ஸ்பைடர் மேன்..
சோட்டா பீம்..
சின்சான்..
பென் டென்..
ஷீரோ..
மிக்கி மவுஸ்..
பிக்கச்சு...
எல்லாரும்
அத சுத்தி நிக்கிறாங்க..!

லிட்டில் சிங்கம்..
மோட்டு.. பட்லு..
டோரா.. புஜ்ஜி..
டிட்டு..
இவங்களுக்லாம்
அழைப்பில்லை..!
எதுக்குடா
அவங்கள வரையலன்னு
கேட்டேன்..
வரையல..
அம்புட்டுதான் பதிலு..!
சின்சான் மட்டும் எதுக்குடா
ஒளிஞ்சிருக்க மாரி இருக்கான்னு
கேட்டேன்..
அவன் சேட்டைக் காரன்ப்பா..
கேக்கு வெட்டுறதுக்கு முன்னாடியே
கொஞ்சத்த பிச்சு
டேபிளுக்கு அடியில
ஒளிஞ்சு உக்காந்து தின்னுக்கிருக்கான்..!!

15.07.2021

ரிமோட் கார் கேட்டு
ஒரே முக்கலும் முனகலுமா
இருந்தான் டார்வின்..
ஏற்கனவே
எங்கிட்ட கேட்டிருந்தான்..
அப்பா அதுக்கு கொஞ்சம்
பணம் சேத்துக்குறேன்..
அப்புறம் வாங்கலாம்னு
சொல்லிருந்தேன்..

அதுக்குள்ள
பிறந்த நாளு வந்துருச்சு..
சாருக்கு அங்கங்க
கொஞ்சம் வசூல் ஆயிருச்சு..
அதான் இந்த வீம்பு..

வீம்பு வினையா
முடிஞ்சு போச்சு..
அவன் வச்சிருந்த நகவெட்டி
அம்மா கையில
குத்திப்புடுச்சு..
தெரியாம பட்டாலும்
வலிக்கத்தான செய்யும்.!

வலியில அம்மா அழுக..
அடிச்சுக்கிடுச்சுப் புடுவோம்ங்கிற
பயத்துல
அதுக்கு மேல
சத்தமா அவன் அழுகுறான்..!
ரெண்டு அழுகைக்கும்
இடைல பாருங்க
ஒரு குமுறல்..
ஒரு குற்றச்சாட்டு..!

ஒண்ணுக்கு ரெண்டு பேரு
அழுகுறோமே..
ஓங்கொப்பன்
என்னாச்சு ஏதாச்சு
எதாவது பாக்குறாரா பாரு..!
அவவகளுக்கு
அவவக கவல..
பதிவு செய்ய
பாயின்டு கெடச்சிருக்கு..
லேட்டானோ மறந்து போகும்..!
நமக்கு நம்ம கவல..!!

17.07.2021

கூப்ட்டு கூப்ட்டு
திரும்பலன்னா
கோவம் வரும்ல..
அப்பல்லாம் பாப்பா
இப்பிடித்தான் கூப்பிடுறது..!

ஏ அழகான அம்மாவே..
பாக்க மாட்டியா..?

ஏ மீசக்கார அப்பாவே..
என்னைய
பாக்க மாட்டியா..??

இப்பிடிக் கூப்பிட்டா
யாருக்கு தான் பிடிக்காது..
அவுக அம்மாவுக்கு
உடனே வெக்கம் வந்துரும்..!

நாம
காது கேக்காத மாரியே
இருக்குறது..
இன்னொரு தடவ
கூப்பட்டும்..!

ஏ மீசக்கார அப்பாவே..
இங்க பாக்க மாட்டியா..??

ம்ம்..ம்ம்..
வொர்க் அவுட் ஆகுது..!
வொர்க் அவுட் ஆகுது..!

\-

20.07.2021

டார்வினும் பாப்பாவும்
ஒன்னுசொன்னாப்ல
வந்தாக..
இந்த வீடியோவ பாருப்பா..
கோரசா சொன்னாக..!

வீடியோவ பாத்தா..
வணக்கம் பிரண்ட்ஸ்..
இன்னைக்கு நாம
வீடியோவுல
என்ன பாக்க போறோம்ன்னா..
எப்பிடி ஊறுகா செய்றதுன்னு
பாப்போம்..!

ரெண்டாவது வீடியோ..

நாங்க ரெண்டு பேரும்
இப்ப பல்லு விலக்கிட்டோம்..
டம்ளர்ல பால் இருக்கு..
அடுத்து நாங்க
அத குடிக்கப் போறோம்..!

மூணாவது....

இதான் நம்ம வீடு..
இந்தா கெடக்குல
இந்த துணியெல்லாம்
எப்டி நீட்டா அடுக்கி
வைக்குறோம்னு பாக்கலாம்..!!
என்னாடா
இப்பிடி கிளம்பிட்டிங்க..?
ஒரு நாளைக்கு
இருபது வீடியோ
போட போறோம்ம்ப்பா..
வா பாப்பா..
எங்க சொல்லு..
கேமரா மேன் ரெடி ஆயிட்டான்..!

உடனே பாப்பா சொல்றாங்க...
வணக்கம் பிரண்ட்ஸ்..
இன்னைக்கு நாம
வீடியோவுல
என்ன பாக்க போறோம்ன்னா..
எங்க போயி
முடியப் போகுதோ தெரியல..!

19.07.2021

ஆபிஸ் முடிஞ்சு
வண்டில வந்துக்கிருக்கோம்..
போன் அடிக்குது..!

எடுத்து பாத்தா
அம்மா நம்பர்ல இருந்து
அழைப்பு..
டார்வினா தான் இருக்கும்..!

வீட்டம்மாட்ட
போன கொடுத்துட்டேன்..

ஹலோ..
அந்தப் பக்கம் அவனே தான்..!

எங்கம்மா இருக்க..

வந்துகிட்ருக்கம்டா..

எப்பம்மா வருவ..

கௌம்பி
வந்துக்கிருக்கம்டா..

எதுக்குடா..??

சீக்கிரம் வாம்மா..

என்னா விசயம்ணு சொல்றா..??

சீக்கிரம் வாம்மா..!

சரி வய்யி.. வாறோம்..

போன கட் பண்ணிட்டு
எங்கிட்ட கேட்டாங்க..

இப்ப எதுக்குங்க
இம்புட்டு பரபரப்பா
கூப்பிடுறான்..?

பாப்பாவும் அவனும்
சண்ட கிண்ட போட்ருப்பாய்ங்கேளா..??

எங்குட்டும்
பாப்பாவும் கீர்த்தியும்
சண்ட போட்ருக்குங்களோ..???

பாப்பா கீழ எதும்
விழுந்துருச்சோ..????

அவுக தாத்தாவும் அப்பாத்தாவும்
எங்கயும் வெளிய போய்ட்டாகளோ..?????

வேற யாரும்
திட்டிருப்பாகளோ..??????

வீட்டுக்கு யாரும்
வந்திருப்பாகளோ..???????

ரெண்டு பேருமா
மாத்தி மாத்திக்
கேட்டுக்கிட்டோம்..

?? ?? ?? ?? ?? ??

வழி நெடுக
கேள்விகள் விரட்ட..
நான் வண்டிய விரட்ட..
வேகமா வந்தோம் வீட்டுக்கு..!

என்னடா டார்வின்..
எதுக்கு போன் போட்ட..?

இங்க பாத்தியாப்பா..
புதுசா ஒரு
ஒரு ஸ்பைடர் மேன் மாஸ்கு
செஞ்சிருக்கென்..!
எப்டி..
சூ...ப்பரா இருக்கா.....?!
சொல்லுப்பா..!!

21.07.2021

அவனுக்கு குற்றவுணர்ச்சி..
அழுதுக்கிருந்தான்..!

சரி, கொஞ்சம்
ரிலாக்ஸ் ஆகட்டும்னு
வெளிய போயி
விளையாடிட்டு வாடான்னு
சொன்னேன்..!

எந்திரிச்சு போனான்..
போயி படியில உக்காந்துக்கிட்டான்..
கண்மறைவா..!

அண்ணனுக்கு
ஆறுதல் சொல்ல
பாப்பாவும் பின்னாடியே போயாச்சு...!

அப்புறம் பாப்பா மட்டும்
திரும்பி வந்தாங்க..
தூது..!

அண்ணன் கூட
நீ சேர மாட்டியாம்மா..?

சேருவென்..

அண்ணே..
அம்மா ஓங்கூட சேருமாம்ண்ணே..

அண்ணன் கூட
பேச மாட்டியாம்மா..?

பேசுவேன்..

அம்மா ஓங்கூட பேசுமாம்ண்ணே..!!

ம்மா அண்ணன வேணும்ன்னா
அடிச்சுக்கிருவியாம்..!

நான் எதுக்கு
அவன அடிக்கப் போறேன்..

அம்மா ஒன்னய அடிக்காதாம்ண்ணே..!!

ம்மா.. அண்ணன்
உன் செல்லக்குட்டி இல்லையா..?

ரெண்டு பேருமே
செல்லக்குட்டிக தான்..!

சமாதான பேச்சு முடிஞ்சுருச்சு..
வெக்கச் சிரிப்போட
எட்டிப் பாத்தான் ..!!

22.07.2021

இதென்னா பவுடர்மா..?

மூலிகைப் பவுடர்டா..

எதுக்குமா இது..?

இத போட்டுக் குளிச்சா
வீட்ல லட்சுமி கடாட்சம் வருமாம்..
கடைக்காரர் சொன்னாரு..!!

நான் சும்மா இருக்காம
"ம்க்கும்" அப்டின்னேன்..

டார்வின் சொன்னான்..
உடனே அப்பா
சாமியே இல்லன்னு சொல்லிரும்..!

இந்த "ம்க்கும்"-க்குள்ள
இத்தன வார்த்தைகள் இருக்கு..
இப்படியொரு
கருத்து இருக்குன்னு
அவனுக்கு தெரிஞ்சுருக்கு..!

கரெக்டா தான் வாறான்..
வரலாம் வா..
வரலாம் வா.. வரலாம் வா..!

25.07.2021

பாப்பா..
நீ பெரிய பிள்ளையாகி
அம்மாவுக்கு
உதவி செய்வியா..??

நானு உனக்கு
உதவி செய்றேன்'மா..
அப்பா வேல பாக்கட்டும்..

அப்பா என்னா வேல
பாக்கட்டும்..?

அப்பா படிக்கட்டும்..

அப்போ நானு..

நீ சமையல் வேல செய்மா..
ஒனக்கு நானு
உதவி செய்றேன்..

அப்பா மாதிரி
அம்மாவும் ஆஃபிஸ்ல
வேல பாக்குறேன்ல பாப்பா..
அம்மா படிக்க வேணாமா..??

சமயல் வேலய
முடிச்சுட்டு வந்து படிம்மா..!

ஓங்கொப்பனுக்கு
ஒரு நாயம்..
எனக்கொரு நாயமா..?!

சரிம்மா..
அப்பா சோறாக்கட்டும்..
நீ உக்காந்து படிம்மா..!

கவுத்துட்டியே பாப்பா..!

\-
26.07.2021

பாப்பா தான்
பெரும்பாலும் ஆரம்பிக்கிறது..

நீ எனக்குத்தானமா
அம்மா..?

எனக்குத் தான் அம்மா..
நான் தான் மொத பிறந்தேன்..
டார்வின் எதிர்வாதம்!

இது என் செல்ல அம்மா..
என் தங்க அம்மா..
நீ ஏம்பக்கம்தாம்மா
திரும்பிப் படுக்கணும்..!
நீ ஏம் மேல தாம்மா
கை வைக்கணும்..
எனக்குத்தாம்மா
தட்டிக் குடுக்கணும்..!
என் செல்ல அம்மா..
என் செல்லக்குட்டி அம்மா..!

இந்த கொஞ்சுற
வேலையெல்லாம்
டார்வினுக்கு தெரியாது..
உடனே கோவிச்சுக்கிட்டு
அந்தப் பக்கம் திரும்பி
சிணுங்க ஆரம்பிச்சுருவான்..

பிறகும் பாப்பா
சும்மா இருக்குறதில்ல..
அம்மாவுக்கு
ரெண்டு முத்தம் குடுத்து
அவன இன்னும் கடுப்பேத்துறது..

அவனுக்கு
கண்ணுல தண்ணீ பொங்கிரும்..

கடைசில பாப்பா தான்
விட்டும் கொடுக்கும்...
அம்மா அவன் பக்கமா
திரும்பிறுவாங்க..!

அஞ்சு நிமிசம் கழிச்சு
பாப்பா பக்கம்
திரும்பிப் பாத்தா...
ஒண்ணுமே நடக்காதமாரி
பப்பரப்பா....ன்னு
தூங்கிக்கிருக்கும்..!

தினந்தினம் ராத்திரி
இந்தப் போராட்டம் தான்..!
ரெண்டு குழந்தைக..
ஒரே ஒரு அம்மா..!

\-

27.07.2021

தூங்குற வரிசை
மாறி இருந்துச்சு..
டார்வினும் பாப்பாவும்
இடம் மாறிக்கிட்டாங்க..
அந்த இடத்துக்கு
சண்ட போடுவானே..
எதுக்கு விட்டுக்குடுத்தான்..?
என்னாச்சு..?
எனக்கு காரணம் விளங்கல..!

டார்வின்
கடைசியா தூங்குவான்
கடைசியா தான் எந்திரிப்பான்..
காலைல அப்ப தான்
கண்ணு முழிச்சான்..
உடனே கிட்ட போயி
குசுகுசுன்னு பேசுது பாப்பா..
நீ வாங்கித் தரணும்ண்ணே..
அவன் சொல்றான்..
நான் சும்மாச்சுக்கும் தான
சொன்னேன்..

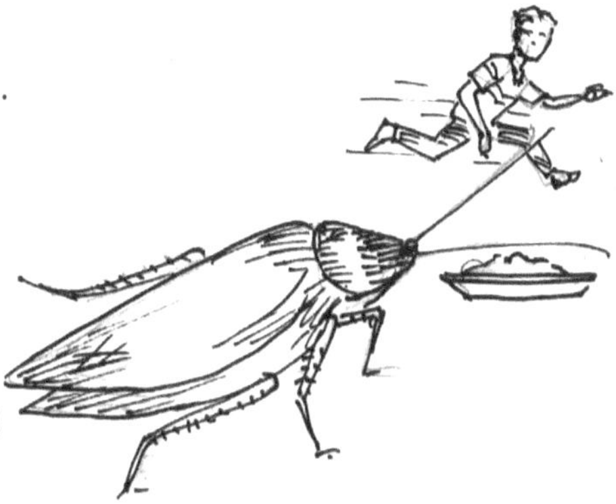

வாங்கித் தரணும்
இல்லாட்டி அடிப்பேன்..!
என்னடா விசயம்..?
அப்புறம் தான் தெரியுது கத..!
ஒரு கரப்பான் பூச்சி
இவன் படுக்குற ஓரமா
ஊரிக்கே திரிஞ்சது..
சாப்ட்டுக்கிருந்தவன்
தட்டை எடுத்துக்கிட்டு
வெளிய ஓடிட்டான்..
அத விரட்டி பிடிச்சு
அடிச்சு தூக்கி
வெளிய போட்ட பிறகு தான்
வீட்டுக்குள்ள வந்தான்..

அதான்
ஒப்பந்தம் போட்ருக்கான்..!
இந்தப் பக்கம் படுத்தா
காலைல அண்ணே
உனக்கு சாக்லேட் வாங்கித் தருவேன்..!!

29.07.2021

நானும் பாப்பாவும்
படியில உக்காந்து
வேடிக்கை பாத்துக்கிருந்தோம்..

இங்க பாரு…ப்ப்பா
எம்புட்டு நச்சத்திரம்ண்டு..

திருப்பி நான் கேட்டேன்..
எத்தன நச்சத்திரம்
இருக்கு பாப்பா..?

எட்டு.. அஞ்சு.. மூணு..
பத்து இருக்குப்பா..

இந்தப் பக்கம்
இருக்குறதெல்லாம்
நீ பாக்கல..
மொத்தமா எண்ணிச் சொல்லு பாப்பா..!

இங்கொண்ணு..
இங்கொண்ணு..
இங்கொண்ணு..
இங்கொண்ணு..
இங்கொண்ணு..
இங்கொண்ணு..
அங்கொண்ணு..
அங்கொண்ணு..
அங்கொண்ணு..
இங்கொண்ணு..
அங்கொண்ணு..
அங்கொண்ணு..
அங்கொண்ணு..
இங்கொண்ணு..
அங்கொண்ணு..
அங்கொண்ணு..
இங்கொண்ணு..

சரி மொத்தம் எத்தன..?

பத்து.. அஞ்சு.. மூணு..
எட்டு இருக்குப்பா..

வெரிகுட் பாப்பா..
கரெக்டா சொல்லிட்ட..!

30.07.2021

ப்பா...
நானு இந்த
வெளாட்டு சாமான்லாம்
வேகவேமா
எடுத்து வப்பேன்..
நீ வெரிகுட் சொல்லணும்..!

சரி பாப்பா..

எடுத்து வச்சுட்டென்
சொல்லப்பா..

வெரிகுட்..!

நான் இப்ப
இந்த துண்ட
மடிச்சு வைப்பனாம்..
நீ வெரிகுட் சொல்லணும்..!

ம்ம்..

மடிச்சுட்டேன்
சொல்லப்பா..

வெரிகுட் பாப்பா..!!

போப்பா...
நியா சொல்லவே மாட்ற..

டார்வின் குறுக்கிட்டான்..

வெரிகுட்'லாம்
அவங்களா சொல்லணும்
பாப்பா..!!
நம்ம கேட்டுக் கேட்டு
சொல்லக் கூடாது..!!

போடா லூசு..
நீ வெரிகுட் சொல்லுப்பா..!

வெரிகுட் பாப்பா..!!!

31.07.2021

நம்ம பாப்பா

ஸ்கூல்ல விட்ட பிறகும்

இதே மாரி..

இம்புட்டு பேச்சு பேசுமாங்க..?

அப்ப தான் தெரியும்

நம்ம பாப்பாவோட

ரியாலிட்டி..!!

இல்ல இல்ல..

அப்ப தெரியுறது

பள்ளிக்கூடங்களோட

ரியாலிட்டி..!

05.06.2021